'When I Die' या इंग्रजी पुस्तकाचा अनुवाद

आयुष्याचा अंतिम संस्कार

फिलिप गूल्ड

अनुवाद

डॉ. अजेय हर्डीकर

मेहता पब्लिशिंग हाऊस

© +91 020-24476924 / 24460313 / Mob. No. 9545000513

Email : production@mehtapublishinghouse.com

Website : www.mehtapublishinghouse.com

First Published in Great Britain in 2012 Little, Brown

Translated into Marathi Language by Dr. Ajey Hardikar

आयुष्याचा अंतिम संस्कार / अनुवादित आत्मकथन

अनुवाद : डॉ. अजेय हर्डीकर

Email : author@mehtapublishinghouse.com

मराठी अनुवादाचे व प्रकाशनाचे हक्क मेहता पब्लिशिंग हाऊस, पुणे.

प्रकाशक : सुनील अनिल मेहता, मेहता पब्लिशिंग हाऊस,
१९४१, सदाशिव पेठ, माडीवाले कॉलनी, पुणे ४११०३०.

मुद्रक : ट्रिनिटी ॲकॅडमी फॉर कॉर्पोरेट ट्रेनिंग लिमिटेड

मुखपृष्ठ : चंद्रमोहन कुलकर्णी

प्रथमावृत्ती : फेब्रुवारी, २०१९

किंमत : ₹ १८०

P Book ISBN 9789353171902

“रॉयल मार्सडेन हॉस्पिटल,
लंडन आणि रॉयल व्हिक्टोरिया इन्फर्मरी,
न्यूकासलच्या स्टाफला...”

अभिप्राय

कॅन्सर लढ्याची हेलावणारी कथा...

– दैनिक लोकमत...१४ एप्रिल २०१९

एका कॅन्सरग्रस्ताचे हेलावून सोडणारे अनुभव...

लोकमत १२-५-२०१९

प्रास्ताविक

मला फिलिप गूल्ड प्रथम भेटले, ते १५ जून २०११ रोजी. 'द टाइम्स'चे संपादक जेम्स हार्डिंग आणि मी त्यांच्या रिजंट्स पार्क येथील निवासस्थानी गेलो होतो, तेव्हा मृत्यूच्या दाराशी असलेली व्यक्ती आम्हाला भेटेल, अशी आमची कल्पना होती. प्रत्यक्षात आम्हाला भेटली ती उत्साहाने भरलेली एक असाधारण व्यक्ती. त्याच दिवशी तुम्ही आणखी दीड-एक वर्ष जगाल असं त्यांना सांगण्यात आलं होतं. ते अतिशय आनंदात होते आणि पत्नी गेल रेबकसोबत इटलीला सहलीला जाण्यासाठी आतुर झाले होते.

या पुस्तकातील पहिली काही प्रकरणं त्यांनी अन्ननलिकेचा कॅन्सर व त्याच्या उपचारांबाबत प्रदीर्घ वर्णन करण्यात खर्ची घातली आहेत. ही माहिती जास्तीतजास्त लोकांपर्यंत पोहोचावी अशी त्यांची इच्छा होती आणि या संदर्भातच त्यांना भेटायला आम्ही गेलो होतो. हे लिखाण पंचवीस हजार शब्दांपलीकडे गेलं होतं – एखाद्या लेखमालेच्या दृष्टीने ते खूपच लांबलचक होतं, तर पुस्तकासाठी म्हणून पुरेसं नव्हतं. तथापि 'द टाइम्स'ने ते प्रकाशित करावं असं त्यांना वाटत होतं. लिखाण एवढ्या ताकदीचं होतं की आठवडाभर, दररोज चार पानं याप्रमाणे, शब्दन्‌शब्द छापायचा असं जेम्सनं ठरवलं.

जाता-जाता प्रत्येक लेखाचा शेवट उत्कंठावर्धक होईल असा प्रयत्न आम्ही करू, असा प्रस्ताव मांडला– 'उद्या काय असेल?' असं वाटून वाचक दुसऱ्या दिवसाची वाट पाहील हे बघणं महत्त्वाचं होतं. आपली कहाणी एखाद्या रहस्यकथेप्रमाणे मांडायची कल्पना फिलिपना खूप आवडली. त्यांच्या 'द अन्‌फिनिश्ड रिव्होल्यूशन' या अभ्यासपूर्ण ग्रंथाला मान देऊन या लेखमालेला 'द अन्‌फिनिश्ड लाइफ' असं नाव द्यायचं आम्ही निश्चित केलं.

चित्रांखालचा मजकूर लिहिणं आणि सर्व प्रुफं तपासण्याबाबत फिलिप आग्रही होते. आमच्यावर त्यांनी सतत ई-मेल्सचा भडिमार चालू ठेवला होता. 'द टाइम्स मॅगझिन'साठी फिलिप आणि गेलनं जॅनिस टर्नरला एक अतिशय हेलावणारी मुलाखतही दिली. या लेखामालेत फिलिपचा सहभाग खूप महत्त्वाचा होता.

या लेखमालेला भरगच्च प्रतिसाद मिळाला. आमचा मेसेज बोर्ड आणि टपाल-पेटी लोकांच्या पत्रांनी आणि संदेशांनी भरून गेली. टाइम्सच्या वाचकांना हे लिखाण भावलं होतं आणि हे फिलिपपर्यंत पोहोचलं होतं.

दोन आठवड्यांनी फिलिप इटलीला रवाना झाले. 'द अन्‌फिनिश्ड रिव्होल्यूशन'च्या नव्या आवृत्तीत वीस-एक पानांची भर घालण्याचा त्यांचा मानस होता. प्रत्यक्षात त्यांनी एकशेचाळीस पानं लिहिली!

आम्ही या लिखाणावरही एक लेखमाला करायचं ठरवलं. अधूनमधून ई-मेलद्वारे ते माझ्या संपर्कात होते. सप्टेंबरपर्यंत या लेखांची प्रुफं आमच्या हाती आली, पण तोवर त्यांच्या कॅन्सरने पुन्हा डोकं वर काढलं होतं.

पण या बातमीनं त्यांचा उत्साह तिळमात्रही कमी झाला नाही. या कामातही त्यांना पूर्णपणे सहभागी व्हायचं होतं. ते हेडलाइन्सवर वाद घालत असत. त्यांचं म्हणणं नेमक्या शब्दांत वाचकांसमोर यावं म्हणून ते आमच्या मागे लागत. 'द अन्‌फिनिश्ड लाइफ'वर अर्धवट राहिलेलं कामही पूर्ण करण्याचा त्यांचा इरादा होता. स्वतःच्या कॅन्सरखेरीज, पुढील उपचारांचा ऊहापोह आणि मृत्यूसंबंधित अनिश्चिततेबद्दलही त्यांना लिहायचं होतं.

त्यांचं उभं आयुष्य एखादं ध्येय समोर ठेवणं आणि त्याची पूर्तता होण्यासाठी डावपेच आखून, ते साध्य करण्यात गेलं होतं. अशा माणसासमोर अचानकपणे मृत्यू उभा ठाकला तर काय परिस्थिती होईल? आपण आता लवकरच मरणार हे समजल्यावर 'या सगळ्याचा काय हेतू आहे?' असा प्रश्न त्यांना पडला; पण मग त्यांच्या लक्षात आलं : मृत्यूबद्दल लिहून आणि बोलून आपल्या स्वकीयांना आणि एकूणच सर्वांना आपले विचार विश्लेषण करून सांगणं, हाच कर्ताकरवित्याचा हेतू असावा.

'जोपर्यंत आपण आपले डावपेच लिहून काढत नाही, तोपर्यंत त्यांना काहीच अर्थ नसतो' असं फिलिप आणि त्यांचे जवळचे मित्र ॲलस्टेअर कॅम्पबेल राजकीय मोहिमांबद्दल नेहमी म्हणत. 'स्वतःच्या मृत्यूबद्दल लिहिणं' हीच फिलिपची नवी स्ट्रॅटेजी झाली. अर्थातच वर्तमानपत्रालाही याबद्दल अधिक माहिती हवी होती; म्हणून आम्ही पुन्हा एकदा एकमेकांना ई-मेल्स पाठवू लागलो. यावेळी मागे लागण्याचं काम मी करत होतो.

पण गोष्टी तितक्या सोप्या राहिल्या नव्हत्या. आजार आणि उपचारांचा जोर

वाढला होता. फिलिपच्याच भाषेत, ते आता 'डेथ झोन'मध्ये होते– त्यांनी मृत्यूच्या हद्दीत प्रवेश केला होता. परतीची वाट बंद झाली होती. शब्दही आता पूर्वीइतके सहज सुचत नव्हते.

या काळात त्यांनी काही उल्लेखनीय मुलाखती दिल्या. १८ सप्टेंबरला बी.बी.सी.वर अॅन्ड्रू मारशी बोलताना आपल्या कॅन्सरविषयी ते अतिशय मोकळ्या मनाने बोलले. त्यावेळी त्यांनी मृत्यूला शांतपणे आणि धीरोदात्तपणे सामोरं जाण्यानं खूप खळबळ माजली होती.

दोन दिवसांनी 'गार्डियन'मध्ये सायमन हॅटेनस्टन यांनी घेतलेली मुलाखत प्रकाशित झाली. इथेही फिलिप्स आपल्या आजाराविषयी प्रामाणिकपणे बोलले. आपण मृत्यूचा स्वीकार करायला सज्ज आहोत, हे पुन्हा एकदा त्यांनी ठासून सांगितलं.

वास्तविक या दोन्ही मुलाखती 'द अन्‌फिनिश्ड रिव्होल्यूशन'च्या पुनर्प्रकाशनाच्या जाहिरातीसाठी देण्यात आल्या होत्या– त्यांच्या आजारासंबंधी बोलण्यासाठी नव्हे. कोणताही आडपडदा न ठेवता स्वत:च्या आजाराविषयी फिलिपच्या अशा बोलण्यानं त्यांचे कुटुंबीय विचलित झाले होते; पण फिलिप याबाबत ठाम असल्याचं सर्वांनाच कळून चुकलं होतं.

एकीकडे कॅन्सर बळावत चालला होता, उपचारही क्लेशकारक होते; पण यादरम्यान फिलिप लिखाण करत राहिले. त्यांचं शब्दांकन पूर्वीसारखं चोख राहिलं नव्हतं; पण भावनांनी ओतप्रोत भरलेलं होतं हे खरं!

अॅड्रियन स्टीर्न हे ऑस्ट्रेलियन छायाचित्रकार आणि चित्रपट निर्माते आहेत. फिलिपवर एक छोटा माहितीपट बनवण्याचं काम त्यांना मिळालं होतं. ऑक्टोबरच्या अखेरीस फिलिप यांनी अॅड्रियनना दोन प्रदीर्घ मुलाखती दिल्या. याखेरीज या पुस्तकाच्या मलपृष्ठावरील छायाचित्रासाठी सर्व चमू हायगेट स्मशानभूमीवर गेला. तिथे स्वत:च्याच भावी थडग्याशेजारी फिलिपचं छायाचित्र काढलं गेलं.

'द डेथ झोन' या प्रकरणातली बहुतेक सगळी माहिती अॅड्रियनने चित्रित केलेल्या दोन मुलाखतींवर आधारित आहे. फिलिप यांचे लिखाण आणि टिपणं वापरून मी त्या मुलाखतींबद्दल इथे लिहिलं आहे. हे सर्व बोलत असताना फिलिप मृत्यूपासून जेमतेम आठवड्याच्या अंतरावर होते. असं असूनही त्यांच्या उत्साहाला सीमा नव्हती आणि विचारांतली स्पष्टता कायम होती.

लॅपटॉप वापरणं अशक्य होईपर्यंत फिलिप लिहीत राहिले. त्यानंतर हॉस्पिटलमध्ये गेल त्यांच्याजवळ बसली असताना तिला ते आपले विचार सांगू लागले. यामध्ये पुस्तकाची रचना आणि त्यातल्या प्रकरणांच्या शीर्षकांविषयीचे विचार होते. यातला काही मजकूर स्वाभाविकच काहीसा तुटक आहे; पण तो तसाच्या तसा ठेवायचा

मी शक्य तितका प्रयत्न केला आहे.

मृत्यूपूर्वीचे शेवटचे पाच दिवस फिलिपना आय.सी.यू.मध्ये हलविण्यात आलं, त्यावेळी केवळ तीनच माणसांना त्यांच्याशी संपर्क ठेवायला परवानगी होती. अर्थात अधूनमधून ते मित्रांना ई-मेल किंवा टेक्स्ट मेसेज पाठवत राहिले; पण पत्नी आणि दोन मुलींखेरीज तिसरं कोणीही त्यांच्या सततच्या संपर्कात नव्हतं. या पुस्तकातील एका प्रकरणात त्यांची थोरली मुलगी जॉर्जियाने पित्याच्या या अखेरच्या दिवसांचं वर्णन करण्याचं अवघड काम पार पाडलं आहे. धाकट्या ग्रेसनं आपल्या वडिलांशी असलेल्या तिच्या नात्याची काही क्षणचित्रं आपल्यासमोर मांडली आहेत. सरतेशेवटी पत्नी गेल रेबक यांनी फिलिपच्या आजारपणाच्या चार वर्षांच्या काळाचा आढावा घेत या पुस्तकाची कल्पना वगैरे गोष्टींचे वर्णन केलं आहे. यानंतर फिलिपचे घनिष्ठ मित्र ॲलस्टेअर कॅम्पबेल यांनी लिहिलेली ई-मेल इथे छापली आहे. ही मेल मृत्यूच्या काही तास अगोदर आणि नंतर अंत्यसंस्काराच्या वेळी वाचून दाखवण्यात आली होती.

ब्रिटनचं राजकारण आणि विशेषत: लेबर पार्टीची दुनिया म्हणजे फिलिपचं सर्वस्व; परंतु एक माणूस म्हणून त्यांचं गुणावलोकन करायला आपण कोणाच्याही 'बाजू'चं असणं आवश्यक नाही. 'उत्साह' हा एक असा गुण आहे ज्याला म्हणावं तितकं महत्त्व कधीच दिलं जात नाही. फिलिप म्हणजे मूर्तिमंत उत्साह. राजकारण असो किंवा घरगुती गोष्ट किंवा त्यांचा आवडता 'क्वीन्स पार्क रेन्जर्स' फुटबॉल क्लब असो– 'कोणतीही गोष्ट साध्य करता येतेच' असं फिलिप मानत. ते अनोळखी लोकांशीही अतिशय आपुलकीनं आणि मोकळेपणानं बोलत. आपल्या मित्र परिवाराचे ते सच्चे आणि कट्टर आधारस्तंभ होते; तसेच विरोधकांशी ते न्याय्य पद्धतीनेच वागत. त्यांच्या मृत्यूनंतर विविध लोकांकडून आलेल्या संदेशांपैकी काही अत्यंत हेलावणारे संदेश त्यांच्या राजकीय विरोधकांकडून आले होते, ही बाब उल्लेखनीय आहे.

एकीकडे आजाराशी कडवी झुंज देत असतानाच, यातून आपण समाजाचं काही देणं लागतो, ही जाणीव त्यांना झाली. लोकांच्या मनात कॅन्सर आणि त्यावरील उपचारांसंबंधी भीती आणि गैरसमज असतात, त्याविषयी अज्ञान असतं. फिलिपना हे सर्व बदलायचं होतं आणि लोकांना दिलासा मिळेल, असं काहीतरी करायचं होतं.

आपल्या बालपणीच फिलिपनी वडिलांचा मृत्यू जवळून पाहिला होता. या घटनेचा तरुण फिलिपच्या मनावर खोल परिणाम झाला होता. फिलिपच्या कानावर पडलेले वडिलांचे अखेरचे शब्द होते– 'हा माझा मुलगा आहे आणि मला याचा अभिमान आहे.' फिलिपना हा अभिमान सार्थ करायचा होता आणि तशी जिद्द

त्यांच्यात होती. वडिलांना अखेरच्या काही तासांत श्वास घेणं अवघड झालं होतं आणि त्यांच्या घशातून भीतिदायक घरघर ऐकू येत होती. फिलिपना स्वत:च्या अंतिम घटकेत याच भीतीनं पछाडलं होतं.

एकदा 'डेथ झोन'मध्ये प्रवेश केल्यावर हा प्रदेश धुंडाळायचा आणि तो नीट समजावून घ्यायचा निर्धार फिलिप यांनी केला. ते थेट या परिसराच्या गाभ्याशी जाऊन भिडले. हे पुस्तक म्हणजे त्यांची अखेरची देदीप्यमान मोहीम. फिलिप गेल्या वीस वर्षांतल्या मोजक्याच अग्रगण्य राजकीय व्यक्तींपैकी होते ही गोष्ट इथे गौण आहे. या पुस्तकाच्या पानांमधून कधी-कधी पंतप्रधान आणि सार्वजनिक जीवनातल्या महत्त्वाच्या व्यक्ती डोकावतात हे खरं; पण इथे ते मित्र म्हणून भेटतात, राजकारणी म्हणून नाही.

हे पुस्तक राजकारणाबद्दल नाही. ते कॅन्सर आणि मृत्यूबद्दल आहे. ही कथा आहे एक माणूस आणि त्याचे कुटुंबीय, त्याचे डॉक्टर्स आणि नर्सेस यांची. ही कथा फिलिप यांची पत्नी गेल आणि कन्या जॉर्जिया व ग्रेस या त्यांच्या तीन सर्वांत जवळच्या व्यक्तींभोवती फिरते.

– कीथ ब्लॅकमोर

पुस्तकाविषयी

फिलिप गूल्डला २९ जानेवारी २००८ रोजी कॅन्सर झाला असल्याचं सांगितलं गेलं. त्याच वेळी या अविचलित माणसानं या आजाराशी दोन हात करण्याचा निर्धार करून उपचारांना सामोरं जायची तयारी केली. प्रत्येक अवघड निर्णय घेताना त्यानं आजाराचं स्वरूप आणि उपलब्ध उपचारांचे पर्याय यांचा अभ्यास केला. या सगळ्यांमध्ये त्याला पत्नी गेल आणि जॉर्जिया व ग्रेस या त्याच्या दोन मुलींचा आधार मिळाला.

दोन वर्षांच्या काळात शस्त्रक्रिया आणि क्लेशकारक केमोथेरपी पूर्ण केल्यानंतर, सर्व चाचण्यांमधून कॅन्सर लुप्त झाल्याचं आढळून आलं–फिलिपनं आजारावर मात केली होती; पण इंग्लंडच्या हुजूरपक्षाचा प्रमुख 'डावपेच तज्ज्ञ' असल्याचा ताण शरीरावर आघात करत राहिला. जेमतेम सहा महिने झाले असतील – फिलिप पुन्हा आजारी पडला. त्याने पुन्हा एकदा तपासणी करण्याचा आग्रह धरला आणि यावेळी कॅन्सरचं पुनरागमन झाल्याचं निष्पन्न झालं. मृत्यूच्या दिशेनं एका प्रदीर्घ आणि यातनापूर्ण प्रवासाची सुरुवात झाली; परंतु हा प्रवास आशेवर आधारित होता. या काळात त्यानं स्वत:च्या आयुष्याचा, कार्याचा आणि नातेसंबंधांचा अन्वयार्थ लावण्याचा प्रयत्न केला. आपण आयुष्याकडे इतक्या वेगळ्या नजरेनं बघू असं त्यालाही वाटलं नव्हतं. यापूर्वी कधीही फारशी चर्चेत न आलेली एक गोष्ट त्याच्या लक्षात आली – मृत्यू म्हणजे केवळ यातना आणि नकारात्मक घटना नसून ती साक्षात्कारी आणि जीवन अधोरेखित करणारी गोष्ट असू शकते.

आयुष्यातल्या शेवटच्या काही महिन्यांत लिहिल्या गेलेल्या या पुस्तकात फिलिप त्याच्या आयुष्यातल्या या प्रवासाचं वर्णन करता करता मृत्यूकडून शिकलेले धडे आपल्यासमोर मांडतो. फिलिपच्या विचारांबरोबर इथे त्याच्या कुटुंबीयांचं मनोगतही आपल्यासमोर येतं. अत्यंत सुंदर शब्दांत लिहिलेलं आणि मनाला उभारी देणारं हे पुस्तक म्हणजे एक अतिशय मौल्यवान वारसा आहे. त्याचबरोबर ते धीरोदात्त, हेलावणारं आणि प्रेरणादायीसुद्धा आहे.

अनुक्रमणिका

द ग्लोरी ऑफ द राइड

मंगळवार, २९ जानेवारी २००८ सकाळचे दहा वाजले आहेत... लंडनमधील एक खासगी दवाखाना...

माझ्या भोवताली डॉक्टर मंडळींची कुजबूज ऐकू येतेय. 'एन्डोस्कोपी'करिता मी एका कुशीवर आडवा पडलोय. गुंगीचं औषध दिलं असलं तरी मी व्यवस्थित शुद्धीवर आहे. अलगदपणे एन्डोस्कोप माझ्या अन्ननलिकेतून खाली जातोय. त्याच्या समोरचं दृश्य समोरच्या टी.व्ही.वर दिसतंय, पण मी ते बघत नाहीये.

आतापर्यंत सर्वकाही ठीक चाललंय. भोवतालची कुजबूज मंद आवाजात चालू आहे; पण अचानक 'वेम्बले'ला 'गोल' मारल्यावर उद्रेक होतो, तसा एकच गलका सुरू झालाय. डॉक्टरांना कॅन्सर सापडलाय; कुठून तरी 'खूप मोठा' हे शब्द माझ्या कानावर पडतात. स्वत:च्याच मृत्यूच्या वेळी एखादा बघ्या असल्यासारखा मी तिथे आहे. त्या मंडळींना माझं अस्तित्व जाणवतही नसावं.

शेवटी एन्डोस्कोप बाहेर निघतो. माझ्या पोटात कॅन्सरची भलीमोठी गाठ असल्याचं डॉक्टर मला सांगतात. त्यांना आवाजातला उत्साह लपवता येत नाहीये. कॅन्सरच्या निदानापेक्षा भविष्यातल्या अनिश्चिततेबद्दल मला जास्त काळजी आहे. 'माझी जगण्याची शक्यता किती आहे?' मी विचारतो. 'फिफ्टी-फिफ्टी,' डॉक्टर सांगतात. धक्का आणि आशा या दोन्ही भावना माझ्या मनात गर्दी करतात. वाटलं होतं त्यापेक्षा परिस्थिती बरी दिसतेय. मला चान्स आहे.

अचानक कुठूनतरी एक सर्जन अवतरतो आणि इमेजेस बघून मला सांगतो, 'तुम्हाला अन्ननलिका आणि जठराच्या जोडापाशी कॅन्सर झालाय.' क्षणार्धात माझ्या आयुष्याचा ताबा माझ्या हातून निसटला आहे.

ऑपरेशन थिएटरमधून बाहेर निघून मी आता एक कॅन्सर रुग्ण म्हणून माझ्या

खोलीकडे परतलोय. माझी पत्नी गेल आत येते आणि माझ्याकडे अतिशय प्रेमाने बघते. मी बरा होणार अशी तिला खात्री आहे. 'कॅन्सर निघण्याची शक्यता खूपच कमी आहे' असं जेमतेम एका तासापूर्वीच मी फोनवरून तिला सांगितलं होतं. मी तिला अशा अल्प आशेवर ठेवायला नको होतं.

मी थोडा नर्व्हस आहे आणि काहीशा चढ्या आवाजातच मी तिला कॅन्सरबद्दल सांगतो. ती थबकते; पण लगेच सगळं व्यवस्थित होईल असं ती सांगते खरी, पण त्यावर तिचाही विश्वास नसतो. मॅन्चेस्टर येथे शिकणाऱ्या माझ्या जॉर्जियाला मी फोन करून ही बातमी सांगतो; तिलाही प्रचंड धक्का बसतो. गेल माझ्याकडून फोन घेऊन बाहेर जाते. मला बंद दरवाज्यातून त्या दोघींचं संभाषण ऐकू येतं. दोघींनाही अश्रू अनावर झालेत. इथे 'बळी' मी नाहीये.

घरी परतताना गाडीत कोणीच बोलत नाही. गेलला तिचं भावी आयुष्य पूर्णपणे बदलून गेलेलं दिसतंय. मलाच अपराध्यासारखं वाटतंय.

मी तिथल्या तिथं ठरवून टाकलं. हा लढा एकट्यानं लढायचा नाही. जे घडलंय त्याबद्दल मी प्रामाणिकपणे आणि शक्य तितक्या मोकळेपणानं लोकांशी संवाद साधणार आहे. मला मदतीची आणि आधाराची गरज होतीच; पण मला मदत करायचीही होती. निसर्गत: मी स्वत:ला 'नेता' असं मानत नाही; पण आजवर मी जे काही केलंय ते लोकांना माझ्याबरोबर घेऊन केलं आहे. हां, माझ्यात उदंड उत्साह आणि ऊर्जा मात्र आहे. पण हे काहीतरी अघटित होतं. इथं मी नेतृत्व करावं, हे अध्याहृत आहे. मला आधार देणारेही माझ्यावर अवलंबून आहेत.

मी एकेकाला फोन करायला सुरुवात केली. लोकांच्या आवाजात जशी आपुलकी जाणवत गेली, तसं माझं मन उभारी घेऊ लागलं. काश! इतके लोक माझ्यावर एवढं प्रेम करतात हे मला कॅन्सर व्हायच्या आधी कळलं असतं तर... बहुतेक लोक 'कॅन्सर झाल्याच्या मानानं तू खूपच आनंदात दिसतो आहेस' किंवा 'तू इतका कणखर आहेस की यातून तू नक्की बाहेर येशील' यापैकी काहीतरी म्हणत होते. पहिली प्रतिक्रिया चूक होती हे मी अनुभवलंच होतं. दुसरी मात्र खरी ठरावी, या आशेवर मी होतो.

घरी पोहोचल्यावर मी पहिला फोन केला तो माझ्या धाकट्या मुलीला – ग्रेसला – जी ऑक्स्फर्डमध्ये शिकत होती. तिला फोनवर सगळं सांगायचं नव्हतं, म्हणून आम्ही संध्याकाळी तिच्याकडं जायचं ठरवलं. प्राप्त परिस्थितीत मला हेच जास्त सयुक्तिक वाटलं.

माझी बहीण जिल धर्मगुरू आहे, तीही हादरली होती; पण तिनं सहृदयपणे आणि योग्य शब्दांत मला धीर दिला. गेलचे आई-वडील फार खचले. पीटर जोन्स

हा ससेक्स विद्यापीठापासूनचा माझा खास मित्र नेहमीप्रमाणे आशावादी होता; पण तोही चिंतेत असल्याचं मला जाणवलं.

ॲलस्टेअर कॅम्पबेलला स्वत:च्या आयुष्यात कॅन्सरला जवळून अनुभवण्याचा योग आला होता आणि आता एका अत्यंत जवळच्या मित्राला हा आजार झाल्याचं ऐकून त्यालाही मोठा धक्का बसला; पण कोणत्याही आपत्कालीन परिस्थितीत तो जसा भक्कम असतो, तसाच इथेही होता आणि एकनिष्ठही!

नंतर त्यानं जॉर्जियाला फोन करून धीराचे चार शब्द सांगितले. माझा फोन गेल्यावर पहिल्यांदा ती पार कोलमडून गेली होती, असं पुढं केव्हातरी तिनं मला सांगितलं. मी आजारी पडू शकतो, नव्हे मरूही शकतो असा विचारच तिच्या डोक्यात यापूर्वी कधी आला नव्हता आणि आता ही बातमी ऐकल्यावर ती मॅन्चेस्टरमध्ये सैरभैर फिरत राहिली. ॲलस्टेअरनं तिला फोन केल्यावर ती काहीशी सावरली. त्याचा मुलगा कॅलम हा त्या वेळी मॅन्चेस्टरलाच होता. तो जार्जियाला भेटला आणि या पिता-पुत्रांनी तिला सावरलं. ही सगळी मुलं लहानपणी एकत्र वाढली होती. गूल्ड आणि कॅम्पबेल कुटुंबं एकमेकांच्या अतिशय जवळ होती.

मी ज्याच्या कंपनीत नुकताच काम करू लागलो होतो, त्या मॅथ्यू फ्रॉइडनेही मला आधार दिला. वाटेल ते झालं तरी तो मला साथ देणार होता. ॲन्जी हन्टरकडून मध्य इंग्लंडचा सुप्रसिद्ध अविचल धैर्याचा 'डोस' मला मिळाला. तिच्या अविचलतेचा अनुभव यापूर्वी अनेक वेळा टोनी ब्लेअरनेही घेतला होता. एकेकाळी ब्लेअरचा 'स्ट्रॅटेजिस्ट' आणि आता शिक्षक असलेल्या पीटर हायमननेही नेहमीप्रमाणेच भावनापूर्ण आधार दिला. १९९७ च्या निवडणुकीत आम्ही दोघांनी मिळून लेबर पार्टीची आश्वासनं तयार केली होती. तेव्हापासून आमच्यात गाढ मैत्री निर्माण झाली होती.

यानंतर मी थेट 'डाउनिंग स्ट्रीट'ला फोन लावला. खरं तर अलीकडच्या काळात माझा पूर्वीइतका संपर्क राहिलेला नव्हता, परंतु 'स्विच' (आम्ही स्विचबोर्डला असं संबोधत असू) मला विसरला नव्हता. काहीतरी गडबड असल्याचं टेलिफोन ऑपरेटला जाणवलं असणार, कारण तिनंही लगेच फोन जोडून दिला. काही दिवसांपूर्वी गॉर्डन ब्राउन यांच्याबद्दल मी लोकमताचा कौल घेतला होता. माझ्या कॅन्सर निदानाच्या दुसऱ्याच दिवशी यासंबंधीचा अहवाल मी ब्राउन यांना सादर करणार होतो. आज फोनवर मला त्यांच्या एका निकटवर्तीयांशी बोलायला मिळालं आणि कॅन्सरमुळे मी अहवाल सादर करायला येऊ शकणार नसल्याचं मी त्यांच्या कानावर घातलं. काही मिनिटांत गॉर्डन ब्राउन यांनी मला फोन केला. त्यांच्या आवाजात खरी काळजी होती. यापुढे मला त्यांचे अनेक फोन येणार होते. माझ्या अनुपस्थितीत अहवाल सादर केला गेला. त्यामध्ये गॉर्डनवर भरपूर टीका असल्यामुळे

मला अपराध्यासारखं वाटत होतं.

असा फोनाफोनीत दिवस गेला. या सगळ्याच्या केंद्रस्थानी मी असल्यामुळे माझ्या मनाचा एक भाग हुरळून गेला होता. आजारातून मार्ग काढण्याकरिता मी या गोष्टीचा फायदा करून घेणार होतो. संध्याकाळी सहाच्या सुमारास आम्ही गाडीनं ऑक्स्फर्डला गेलो. एव्हाना गेल सावरली होती. ग्रेस या सगळ्याला कसं सामोरं जाईल या चिंतेत आमचा प्रवास झाला. आम्ही पोहोचलो तेव्हा ती कॉलेजबाहेर शांतपणे उभी होती. मी कॅन्सर झाल्याचं तिला सरळ सांगून टाकलं. तिची प्रतिक्रियाही तितकीच निर्विकार होती, पण त्याला थोडी विनोदाची झालरही होती - 'तुम्ही फोन केलात तेव्हाच मला कळून चुकलं होतं; एकतर तुम्हाला कॅन्सर झाला असणार, नाहीतर तुमचा आणि आईचा घटस्फोट होत असणार.'

रात्रीचं जेवण शांततेत पार पडलं. एकमेकांच्या खूप जवळ असल्याची जाणीव आम्हा सर्वांना झाली; पण चिंतेचं सावट मात्र पसरलं होतं. ग्रेसला एकटीला तिथं सोडून परत निघणं आमच्या अगदी जिवावर आलं होतं. अशाप्रकारे कॅन्सरचा पहिला दिवस संपला.

त्या रात्री मला झोपेतून अचानक जाग आली. चित्रविचित्र विचार आणि भीतीनं मन भरून गेलं. वाईट विचारांचे राक्षस मनात थैमान घालू लागले; पण मग 'सर्व्हायवल इंस्टिंक्ट' जागं झालं आणि या राक्षसांकडे मी एखादी व्हिडिओ गेम असल्याप्रमाणे बघू लागलो. एक एक करत या राक्षसांवर मी मात केली. सगळं स्थिरस्थावर झालं. (पुढे मी एक तंत्रच विकसित केलं. ध्यान-धारणा आणि सकारात्मक विचारांमार्फत माझा मूड मला बदलता येऊ लागला. कॅन्सरपुढे टिकाव लागण्यासाठी हे कौशल्य आत्मसात करणं खूप महत्त्वाचं असतं.)

दुसऱ्या दिवशी माझ्या एन्डोस्कोपीच्या वेळी अचानक अवतरलेल्या सत्विंदर मुदन नामक सर्जनना भेटायला मी लंडन क्लिनिकमध्ये गेलो. हा तरुण डॉक्टर बोलघेवडा आणि सुस्पष्ट विचारांचा होता. चर्चा करायला त्याला आवडत असे. अनेक सर्जन्सप्रमाणे याचा दृष्टिकोन 'पेला अर्धा रिकामा आहे' स्वरूपाचा होता. 'ऑपरेशन खूप वेदना देणारं असतं, नंतरचे आय.सी.यू.तले पहिले तीन-चार दिवस खूप त्रासदायक असतात आणि बरं होण्याची शाश्वती मुळीच देता येत नाही' असाच सूर त्यानं लावला.

दोन-तीन भेटींनंतर अन्ननलिकेच्या कॅन्सरवर त्यानं संपादित केलेल्या पुस्तकाची एक प्रत त्यानं गेलला दिली. त्या पुस्तकात वेगवेगळ्या प्रकारच्या भयावह ट्यूमर्सची चित्रं होती. वाईट म्हणजे या प्रकारच्या कॅन्सरचे १० टक्के रुग्णच जिवंत राहतात असा दावा केला होता. झोपण्यापूर्वी वाचायला गेलसाठी एकदम

उत्तम पुस्तक!

जगात ज्या प्रकारच्या कॅन्सर्सच्या प्रमाणात वेगानं वाढ होत आहे, त्यामध्ये अन्ननलिकेच्या कॅन्सरचा महत्त्वाचा वाटा आहे. या कॅन्सरचे फारसे रुग्ण यातून सहीसलामत बाहेर पडू शकत नाहीत. हे सर्व मला आता ठाऊक झालंय; पण तेव्हा हा रोग मला माहीतही नव्हता.

माझ्यात या कॅन्सरची सुरुवात नेमकी केव्हापासून झाली हे सांगणं अशक्य आहे. लहानपणापासूनच मी तणावाखाली असलो की माझं पोट दुखत आलंय. या कॅन्सरची सुरुवात अशाच किरकोळ पोट दुखण्याने होते. नंतर कित्येक वर्षे तो शरीराच्या आत दबा धरून बसतो. अखेर जेव्हा तो असल्याचं लक्षात येतं, तेव्हा फार उशीर झालेला असतो. म्हणूनच हा कॅन्सर झालेले बहुतेक रोगी दगावतात.

माझ्यातली लक्षणं या वर्णनाशी तंतोतंत जुळत होती. थोडे दिवस मी बऱ्यापैकी अस्वस्थ होतो. नंतर दीर्घकाळ किरकोळ स्वरूपाचं अपचन आणि गिळताना येणारा थोडासा खोकला व थोडाफार त्रास अधूनमधून व्हायचा; पण डॉक्टरांकडे जाऊन एन्डोस्कोपी करावी, असं मला कधीच वाटलं नव्हतं. मी ते करायला हवं होतं; पण केलं नाही हे खरं.

सत्विंदरनं मला स्वच्छ सांगून टाकलं– कॅन्सर पसरला असेल तर तुम्ही वाचणार नाही, जर नसेल तर तो बरा करणं शक्य होईल. पुढच्या आठवड्यात वेगवेगळ्या चाचण्या घेऊन मग ऑपरेशनसंबंधी निर्णय घेण्याचं ठरलं. मला सत्विंदर आवडला. तो तल्लख बुद्धीचा होता; त्याचा आत्मविश्वास वाखणण्याजोगा होता. शिवाय त्याच्याखेरीज माझ्या समोर कोणीच नव्हतं.

त्याच दिवशी माझा सी.टी. स्कॅन होता. त्यानंतर पुढील दिवसांत लॅपरोस्कोपी, 'पेट' स्कॅन आणि एन्डोस्कोपिक अल्ट्रासाउंड. ज्या चाचण्यांची नावंही मी कधी ऐकली नव्हती, त्यांच्यावर माझं भवितव्य अवलंबून होतं.

इकडं घरी फोन सतत खणखणत होता. माझ्या हितचिंतकांनी पाठविलेल्या पुष्पगुच्छांनी घर भरू लागलं होतं. त्या वेळी माझ्या डायरीत मी नोंद केली– 'लोकांनी दाखवलेल्या प्रेमात मी बुडून गेलो आहे. या प्रेमात विलक्षण ताकद आहे आणि वाईट क्षणी हीच ताकद मला उचलून धरते आहे. रात्रीच्या वेळी, प्रार्थनेत सामावलेली शक्ती मला जाणवतेय.' पीटर मॅन्डेलसनने त्याच्या खास पद्धतीनं मला सांगितलं– 'तू कठीण परिस्थितीत आहेस; पण इतर लोकांप्रमाणेच तूही यातून बाहेर निघशील.' नेहमीप्रमाणे त्यांचं म्हणणं बरोबर होतं.

गुरुवारी टोनी ब्लेअर मला भेटून गेला आणि आमच्या मैत्रीचं एक नवं पर्व सुरू झालं. आजवर आम्ही एकमेकांचे चांगले मित्र आणि सहकारी होतो; पण थोडीशी औपचारिकता होतीच. कॅन्सरमुळे हे सारं बदलणार होतं. या भेटीत मला

पूर्वी कधीही न दिसलेला टोनी दिसला– भावनाप्रधान टोनी. 'इतके दिवस मी तुला गृहीत धरून चाललो होतो. तुझं महत्त्वपूर्ण योगदान मी मानत होतो; पण तुझं खरं मोल मला जाणवलं नव्हतं,' असं तो म्हणाला. माझ्या कॅन्सरचा त्याच्यावरही खोल परिणाम झाला होता. ऑफिसमधील कामाच्या रगाड्यात आणि सार्वजनिक जीवनातल्या नकारात्मक वातावरणामुळे त्याच्या दबलेल्या भावनांना आज मोकळी वाट मिळाली.

आणखीही एक गोष्ट आहे. टोनी अत्यंत धार्मिक माणूस आहे; पण धार्मिक भावना आणि मूल्यं कोणाही व्यक्तीच्या खासगी बाबी असतात, असा त्याचा ठाम विश्वास होता. या गोष्टी सामाजिक जीवनात आणता कामा नयेत. चर्च आणि राज्य या दोन गोष्टी तो वेगळ्या ठेवू शकत असल्याने तो 'सेक्युलर' होता, असं आपल्याला मान्य करावं लागेल.

पण माझ्या कॅन्सरमुळे आम्ही दोघं आमच्या खासगी दुनियेत प्रवेश करू शकलो. इथं त्याच्या सहृदयतेला आणि धार्मिक मूल्यांना व्यक्त व्हायचा मार्ग मोकळा होता. माझ्या संपूर्ण आजारपणाच्या काळात तो जवळजवळ दररोज माझ्या आणि माझ्या कुटुंबीयांच्या संपर्कात राहिला. आम्हाला सतत त्याचा आधार लाभला.

खासगी आयुष्य आणि सार्वजनिक आयुष्य यामधली दुही प्रत्येक राजकारण्याच्या वाट्याला येते. लोकांची सतत त्यांच्यावर नजर असते; कोणीही एक व्यक्ती म्हणून त्यांना समजून घ्यायचा प्रयत्न करत नाही. या पुस्तकात काही राजकारणी डोकावतात ते माझे स्नेही किंवा मित्र म्हणून; पण मला असंही दाखवून द्यायचंय की, प्रकाशझोताच्या बाहेर खासगी जीवनात हे लोक माझ्या मदतीला धावून आले.

माझ्या चाचण्यांचे रिपोर्ट्स घ्यायला पुढच्या सोमवारी मी पुन्हा हॉस्पिटलमध्ये गेलो. मला डॉ. सत्विंदर भेटला. माझा कॅन्सर अन्ननलिका जिथं जठराला जोडलेली असते, तिथं होता. गाठ साधारण पाच सें.मी. रुंद होती. 'ॲडिनोकार्सिनोमा' जातीचा हा कॅन्सर बहुधा मध्यवयीन, मध्यमवर्गीय लोकांना होतो. अतिताणाचाही याच्याशी संबंध आहे (म्हणजे पर्यायाने तुम्हा वाचकांचाही!). सध्यातरी कॅन्सर पसरलेला दिसत नव्हता; त्यामुळे केमोथेरपी सुरू करायला हरकत नव्हती.

सत्विंदरच्या सल्ल्यानुसार लंडन ऑंकॉलॉजी सेन्टरमध्ये मॉरिस स्लेविन यांच्याकडून उपचार घ्यायचं मी ठरवलं. एव्हाना मी इंग्लंडच्या खासगी वैद्यकीय वर्तुळात पूर्णपणे शिरलो होतो. जॉर्जियाला हे पसंत नव्हतं. तिच्या मते मी आमच्या 'नॅशनल हेल्थ सर्व्हिस' (एन.एच.एस.) मध्येच उपचार घ्यायला हवेत. तिचं म्हणणं बरोबर असल्याचं माझ्या सद्सद्विवेक बुद्धीला जाणवत होतं; पण खासगी उपचार घ्यायला एक कारण होतं. इतकी वर्षे नेहमीच्या चेक-अपसाठी मी खासगी दवाखान्यातच जातोय अशा प्रकारच्या 'प्रिव्हेन्टिव्ह टेस्टिंग'मध्ये काही तथ्य नसल्याचं माझ्या

'जी.पी'नं मला सांगितलं होतं.

त्यामुळे मला पहिल्यांदा जेव्हा गिळायला थोडा त्रास होऊ लागला, तेव्हा आपोआप मी खासगी दवाखान्याकडे वळलो. इथंच माझ्या कॅन्सरचं निदान झालं आणि पुढचे उपचारही सांगण्यात आले. अर्थात या स्टेजला मी एन.एच.एस.मध्ये जाऊ शकलो असतो, पण मी जरा नर्व्हस झालो होतो; शिवाय मनात खोलवर एन.एच.एस.बद्दल थोडी साशंकताही होती. पुढे हे मत बदलणार होतं; पण त्याला अजून वेळ होता. सध्या मला सुरक्षितता हवी होती.

मॉरिस स्लेविन हा एक 'डॅशिंग' साउथ आफ्रिकन निघाला. आपल्याला परिचित असलेला खासगी वैद्यकातला अदबशीर शांतपणा इथं अजिबात दिसला नाही. मॉरिस एकदम 'हाय-टेक', आधुनिक मनुष्य होता– बोलण्यात रोखठोक, आत्मविश्वासपूर्ण आणि अतिशय प्रभावी. माझ्या आजाराच्या सुरुवातीच्या या काळात त्याची खूप मदत झाली. केमोथेरपी वाटते तितकी अवघड आणि भीतिदायक नसल्याचं त्यानं लगेच सांगून टाकलं.

त्यानं मला MAGIC नामक उपचारपद्धती समजावून सांगितली. हा 'प्रोटोकॉल' इंग्लंडमध्ये विकसित केला गेला होता आणि आज या प्रकारच्या कॅन्सरमध्ये तो जगभर वापरला जातो. तीन सेशन्स औषधे, मग शस्त्रक्रिया आणि मग पुन्हा तीन सेशन्स असा एकूण कार्यक्रम होता. एपिरुबिसिन, ऑक्सॅलिप्लॅटिन आणि कॅपेसिटाबीन (EOX) ही ती तीन औषधे जी एकत्रितपणे प्रत्येक सेशनला दिली जाणार होती. उपचार चालू असेपर्यंत डोकं थंड ठेवण्याकरिता मी 'फ्रीझ कॅप' वापरली तर कदाचित 'केमो'नंतर केस गळणारही नाहीत. (फ्रीझ कॅप हा उपचारातला सर्वांत वाईट प्रकार असल्याचं पुढं लक्षात आलं.)

प्रत्यक्ष केमोथेरपी देण्याकरिता तळघरात एक प्रसन्न खोली होती. प्रत्येक पेशंटला बसायला विमानात असतात तशा प्रकारच्या खुर्च्या होत्या. १२ फेब्रुवारीला माझी पहिली केमो होती. सकाळी नऊला सलाईनमधून एक-एक औषध द्यायला सुरुवात झाली. याकरिता अगोदरच एक कायमस्वरूपी 'पोर्ट' शिरेत बसवण्यात आलं होतं. या पोर्टमुळे दरवेळी शिरेत सुई खुपसावी लागत नाही.

आधी शिरेतून साधं सलाईन दिलं जातं. त्यानंतर मळमळू नये यासाठीचं औषध आणि सर्वांत शेवटी केमोची दोन औषधं. तिसरं औषध म्हणजे घरी घ्यायची गोळी. या औषधांचा मला फारसा त्रास झाला नाही; पण लघवी मात्र भयानक लाल रंगाची झाली. औषधाची शक्ती माझ्या शरीरातून सळसळत असल्याची थोडी जाणीव मला झाली. एकंदरीत हे सगळं मला सहन होईल असं मला वाटलं.

गेल माझ्यासोबत तासन्‌तास बसायची. तसंच सॅली मॉर्गनही. सॅली टोनी ब्लेअरचं राजकीय कार्यालय सांभाळायची. वरकरणी हसरी आणि प्रेमळ वाटली

तरी ती अत्यंत कणखर होती. टोनी पंतप्रधान असतानाचा काही काळ खूप अवघड होता. तेव्हा सॅली खंबीरपणे त्याच्या पाठीशी होती. मलाही तिचा खूप आधार लाभत होता.

दरम्यान, कॅन्सरशी मुकाबला करायला मी सज्ज होत होतो. चर्चिलच्या सर्व भाषणांचा संग्रह जॉर्जियानं मला आणून दिला होता. ऑपरेशनसाठी 'फिट' होण्याकरिता मी पळण्याच्या यंत्रावर पळण्याचा सराव करत होतो आणि दुसरीकडे चर्चिलची भाषणं ऐकत होतो.

कॅन्सरशी झुंज म्हणजे एखाद्या निवडणुकीचे डावपेच रचण्यासारखं मला वाटत होतं. कॅन्सरचा नायनाट म्हणजे निवडणुकीतला विजय. तपासणीचे रिपोर्ट्स म्हणजे जनमताचा कौल (ओपिनियन पोल्स) 'तू चर्चिल आणि कॅन्सर म्हणजे अडॉल्फ (हिटलर)' असं ॲलस्टेअर कॅम्पबेल मला म्हणाला.

लोकांना मी वेडा वाटलो असणार; कदाचित असेनही! पण मी स्वत: माझं आयुष्य याच पद्धतीनं आजवर जगत आलोय. राजकारण आणि विशेषत: निवडणुका म्हणजे माझा जीव की प्राण. माझी पहिली निवडणूक होती ती १९८७ मधली आणि २०१० मधली माझी शेवटची असणं अभिप्रेत होतं; पण खरं सांगायचं तर मला आणखी जास्त निवडणुकांमध्ये काम करायला आवडलं असतं. विचार करणं, डावपेच आखणं आणि असाध्य राजकीय प्रश्नांवर तोडगा काढणं मला अतिशय आवडायचं. आताही मी असंच काहीतरी करत होतो– सतत विचार; केवळ कॅन्सरवर कशी मात करायची फक्त हाच नाहीतर 'मात करण्याचा सर्वोत्तम मार्ग कोणता?' याचाही विचार!

माझ्या मते डावपेच (स्ट्रॅटेजी) कधीच स्थिर नसतात. त्यांचं स्वरूप सतत बदलणारं असतं. जसा काळ लोटेल तसतसा मी अधिक शांत होईन, अधिक आत्मपरीक्षण करू शकेन, अशी मला आशा आहे. समस्येचं स्वरूप नीट जाणून घेणं आणि पुढचं मार्गक्रमण करणं. कदाचित उत्तर सापडणारही नाही; पण तरी त्या-त्या क्षणाला योग्य असा पर्याय असेलच.

जसजशी ऑपरेशनची तारीख जवळ येऊ लागली, तसतसा मी इतर कामं ठीक-ठाक करायच्या मागे लागलो. मी मृत्युपत्र तयार केलं, माझ्या अंत्यविधींची जुळवाजुळव केली. हे ऐकायला भयानक वाटलं तरी प्रत्यक्षात तसं मुळीच नव्हतं. अंत्यसंस्काराचे विधी, तेव्हा वाजवण्यात येणारं संगीत वगैरे बाबींचा असा विचार केला की उलट चिंता कमी होते. हे सर्व बोलण्यासाठी 'व्हिकार'कडे जात असताना गेल आणि मी सतत भांडत होतो; पण प्रत्यक्षात फ्युनरलचा विषय निघाल्यावर मात्र शांत झालो. मृत्यूशी चालू असलेल्या युद्धात हा आम्हाला एक छोटासा विजय वाटला.

लंडन क्लिनिक आणि लंडन ऑन्कॉलॉजी सेन्टरमध्ये मला मिळालेली ट्रीटमेंट अतिउच्च दर्जाची होती; पण पुढील उपचार एन.एच.एस.च्या अंतर्गत घ्यावेत असं मला प्रकर्षाने जाणवू लागलं होतं. रॉयल मार्सडेन हॉस्पिटलमध्ये जावं असा विचार पहिल्यांदा मनात आला; पण तिथं नुकतीच आग लागून गेल्यामुळे काही काळ शस्त्रक्रिया करणं शक्य नव्हतं. मी एन.एच.एस.मधल्या अनेक सर्जन्सशी बोललो; विशेषत: अरा दर्जी या मान्यवर कॅन्सर सर्जनशीही चर्चा केली. या अनौपचारिक चर्चेतून मला काही हॉस्पिटल्स आणि डॉक्टर्सची नावं मिळाली, पण नेमकं कोणाकडे मी जावं, यासंबंधी एकमत मात्र झालं नाही.

एके दिवशी एका ज्येष्ठ एन.एच.एस. कन्सल्टंटला मी सर्वोत्तम पर्यायासंबंधी विचारलं. क्षणाचाही विलंब न लावता त्यानं मला न्यू यॉर्कमधील मेमोरियल स्लोन-केटरिंग कॅन्सर सेन्टरच्या मरे ब्रेननचं नाव सुचविलं. आणखी काही लोकांनी देखील हेच नाव सांगितलं. शेवटी उलटसुलट चर्चा केल्यानंतर माझ्यासमोर दोन चांगले पर्याय आले. मेमोरियल स्लोन-केटरिंग किंवा वैद्यकीय महाविद्यालयाशी संलग्न हॉस्पिटलमधील ज्येष्ठ सर्जन. दुसरा पर्याय लंडनमध्येच उपलब्ध होता. लोकांनी मला विचारपूर्वक आणि मनमोकळेपणानं सल्ला दिला होता; पण शेवटी निर्णय माझाच असणार होता. त्याची पूर्ण जबाबदारी मीच घेतो.

मी दोन्ही सर्जन्सची भेट घेतली. एन.एच.एस. कन्सल्टंटने 'रॅडिकल' सर्जरीचा प्रस्ताव मांडला. या मोठ्या शस्त्रक्रियेत अन्ननलिका आणि जठर कॅन्सरसह काढून छातीच्या पिंजऱ्यात शिरून असं दोन्हीकडून शस्त्रक्रिया केली जाणार होती. जठराचा जास्तीतजास्त भाग आणि आजूबाजूचे 'लिम्फ नोड्स' काढायचा प्रयत्न सर्जन करणार होते. ही शस्त्रक्रिया मोठी जिकिरीची होती. मला यातनाही बऱ्यापैकी होणार होत्या; पण जगण्याची शक्यता लक्षात घेता ही फार मोठी किंमत नव्हती. मला हे डॉक्टर आवडले; पण मी अस्वस्थ होतो. या अनिश्चिततेत मी न्यू यॉर्कला जायची तयारी केली. २१ एप्रिल. वसंत ऋतूतल्या सकाळच्या उन्हात गेल आणि मी मेमोरियल स्लोन-केटरिंगच्या दिशेने चालत निघालो. एखाद्या ऑफिसच्या इमारतीप्रमाणे हॉस्पिटलची इमारत उंच, आकाशाकडे झेपावली होती. मॅनहॅटनच्या मध्यभागी असलेल्या या इमारतीत रिसेप्शनमधलं वातावरणही कॉर्पोरेट जगाशी साधर्म्य असलेलं होतं. एखादा भव्य मॉल असावा असं इथे प्रत्येक मजल्यावर वेगवेगळ्या प्रकारच्या कॅन्सर्सवर उपचार करायची सोय होती.

मी मरे ब्रेननच्या मजल्यावर पोहोचलो. इथं ब्रिटनमधल्या खासगी हॉस्पिटलसारखं शांत आणि आलिशान वातावरण असेल अशी माझी अपेक्षा होती; पण इथं आरामदायी असं फारसं काही नव्हतं. 'वाटेल ते करून कॅन्सरचा नाश करणं' या हॉस्पिटलच्या ध्येयाशी सुसंगत असं रोखठोक वातावरण इथं होतं आणि न्यू यॉर्कही

तसं 'हार्श' आहेच की. मरेला भेटायला आलेल्यांची गर्दी होती. हे सगळे लोक डॉक्टरला भेटायला आलेले पेशंट न वाटता एखाद्या महंताकडे येणाऱ्या यात्रेकरूंसारखे वाटत होते.

आयुष्यात कधीही थांबलो नव्हतो इतका वेळ मरे ना भेटण्यासाठी मी थांबलो. मरे देखील भेटले ते काही मिनिटेच. ते प्रभावी वाटले, पण ते काहीतरी मनात ठेवून बोलत असल्याचा भास झाला. पहिल्या भेटीत तरी हा न्यूझीलंडचा माणूस जरा अलिप्त वाटला; पण त्यांचं करिअर जबरदस्त होतं. वीस वर्षांपेक्षा जास्त काळ ते मेमोरिअल स्लोन-केटरिंगमध्ये चेअरमन ऑफ सर्जरी आहेत.

माझा कॅन्सर गंभीर असल्याचं त्यांनी आम्हाला सांगितलं; पण त्याचबरोबर तो बरा करता येण्याची खूप शक्यता असल्याचंही नमूद केलं. स्लोन-केटरिंगच्या उत्तम 'सर्व्हायवल रेट्स' आणि एकूणच हॉस्पिटलच्या उत्कृष्टपणाविषयी त्यांना अभिमान होता. हे हॉस्पिटल पूर्णपणे खासगी स्वरूपाचं नसून, इथले २० टक्के रुग्ण 'ना नफा; ना तोटा' तत्त्वावर उपचार घेतात, असा निर्वाळा त्यांनी दिला.

इंग्लंडमधील डॉक्टर्सनी दिलेल्या सल्ल्याच्या तुलनेत ब्रेनन कमी कापाकापी करण्याच्या विचारांचे होते. ऑपरेशननंतर आय.सी.यू.मध्ये न जाता मी थेट रिकव्हरी रूममध्ये जाईन असं त्यांनी सांगितलं. माझ्या पोटाला छेद देऊन ते संपूर्ण गाठ काढणार होते; पण छातीचा पिंजरा उघडायला ते अजिबात तयार नव्हते.

गेलला माझे टोकाचे विचार कधीच पटायचे नाहीत; त्यामुळे तिला ब्रेननचा सल्ला अधिक संयमी आणि योग्य वाटला; पण इतक्या लांब न्यू यॉर्कमध्ये घरापासून दूर, माझी नीट काळजी घेता येणार नाही, ही चिंता तिला होती. मला स्वत:लाही न्यू यॉर्कचा पर्याय पटला– जगण्याची शक्यता आणि उपचाराचा त्रास या दोन्हींत इथे समतोल साधला गेला असता.

हॉस्पिटल प्रभावी होतं; पण थोडं 'कोरडं' वाटत होतं. जिथे-तिथे गेलला क्रेडिट-कार्डने पैसे भरताना पाहून मला कसंतरी वाटलं. हे ठिकाण कार्यकुशल आणि सक्षम होतं; पण त्यात 'माणूसपणा' नव्हता. काहीशा यंत्रवत् पद्धतीने सगळं चाललेलं होतं.

इंग्लंडला परतल्यावर आमची पुन्हा द्विधा मन:स्थिती झाली. काय करावं हे सुचेना. हा प्रश्न केवळ कुठे ट्रीटमेन्ट घ्यायची एवढ्यापुरता मर्यादित नव्हता. माझी स्थिती काहीशी 'ना घरका, ना घाटका' अशी होती. मी एन.एच.एस.च्या डॉक्टरांचा सल्ला जरूर घेतला होता; पण अजून मी त्या 'सिस्टिम'शी एकरूप झालो नव्हतो.

मग माझ्या पद्धतीने, मला ज्या-ज्या लोकांबद्दल आदर होता अशा सर्वांना विचारलं. यात एन.एच.एस.चेही लोक होते. या सर्व लोकांचं एकमत झालं– मेमोरियल स्लोन - केटरिंग उत्कृष्ट हॉस्पिटल आहे आणि माझ्यासामोर असलेल्यांपैकी

तो एक सर्वोत्तम पर्याय आहे. याऐवजी एन.एच.एस.मध्ये सर्वांत चांगलं ठिकाण कोणतं यावर मात्र अनेक मतभेद होते.

न्यू यॉर्कला जाऊन जर मी जिवंत राहण्याची सर्वाधिक शक्यता असेल तर तिथं जाणं हे माझं कर्तव्य होतं. बिल क्लिंटनच्या १९९२ मधल्या निवडणूक मोहिमेच्या निमित्ताने मी अनेक वेळा अमेरिकेला जाऊन आलोय. त्या देशात मी आरामात वावरतो आणि मला त्यांच्याबद्दल आपुलकीही वाटते. मी न्यू यॉर्कला जायचं ठरवलं. गेल अजूनही द्विधा मन:स्थितीत होती. मी हट्टीपणा करतोय असं तिला वाटत होतं; पण तिनं माझ्या निर्णयाचा आदर केला.

ऑपरेशनसाठी १ मे ही तारीख पक्की करण्यात आली. या दिवशी १९९७ च्या निवडणूक विजयाला बरोबर अकरा वर्षे पूर्ण होत होती. माझ्या दृष्टीने हा शुभशकुन होता; पण तरीही माझी चिंता वाढत चालली होती. माझ्या भविष्यावर या तारखेचं सावट पसरलं होतं. पुढे काय होईल या भीतीपेक्षा यातून सुटका नाही, ही गोष्ट मला अस्वस्थ करत होती.

वसंत ऋतू संपून उन्हाळ्याची चाहूल लागली. न्यू यॉर्कला जाण्याची वेळ येऊन ठेपली. गेल मागाहून येणार असल्याने मी एकटाच गेलो. पोहोचल्यावर ऑपरेशनला एक आठवडा होता. पूर्वी अनेक वेळा करायचो त्याप्रमाणे पिवळ्या टॅक्सीतून मी न्यू यॉर्कमध्ये फिरून आलो. शहर परिचयाचं असल्यामुळे तसं बरं वाटत होतं; पण तरीही मनात खोल शिरलेली भीती हळूहळू वाढतच होती. न्यू यॉर्क जसं होतं तसंच आताही होतं; पण मलाच ते अपरिचित वाटत होतं. या खेपेला मी पर्यटक म्हणून नव्हे, तर पेशंट म्हणून आलो होतो. माझी दृष्टीच अस्पष्ट झाल्यासारखं वाटत होतं.

सिक्स्टी फोर्थ स्ट्रीटवरच्या एका अपार्टमेन्ट-हॉटेलमध्ये मी सामान हलवलं. तिथला स्टाफ फारसा स्वागतोत्सुक वाटला नाही; पण शहराच्या बाजूला उघडणारी छोटी बाल्कनी असल्यामुळे मला तितकासा एकाकीपणा जाणवला नाही. उलट ही प्रायव्हसी मला बरी वाटली. दररोज सकाळी उठल्यावर मी जिममध्ये तासभर व्यायाम, श्वसनाचे काही प्रकार करत असे. त्यानंतर सेन्ट्रल पार्कमध्ये फेरफटका.

मुलांनी माझ्याबरोबर आमच्या कुटुंबाचे अनेक फोटो दिले होते. ते मी भिंतीवर लावले. शिवाय ऑपरेशनच्या दिवशी घालण्याकरिता 'झेन' संदेश असलेला टी-शर्ट होता. त्यावर लिहिलं होतं -

He knows not where he's going for the ocean will decide,
It's not the destination it's the glory of the ride-"
'तो कोठे निघालाय, त्यालाच ठाऊक नाही

कारण, ते सागर ठरवणार आहे.
मुक्कामाचं काय घेऊन बसलाय?
प्रवासाचा महिमाच काय तो खराय.'

या शब्दांत माझ्या परिस्थितीचं सार आहे.

येणाऱ्या दिवसांत अतिशय तज्ज्ञ मंडळींकडून माझा सी.टी. स्कॅन आणि एन्डोस्कोपी करण्यात आली. मी पुन्हा मरे ब्रेननची गाठ घेतली. पहिल्या वेळेपेक्षा तो जरा बरा बोलला; पण मला अजूनही थोडासा तुसडेपणाचा भास झाला. त्यांना उपचार करायचे होते. मुख्य म्हणजे छातीचा पिंजरा त्यांना काही झालं तरी उघडायचा नव्हता. पोट फाडूनच ऑपरेशन करायचं होतं.

मी ऑपरेशनबद्दल माझ्या नर्सशीही थोडं बोललो. ऑपरेशनच्या दिवशी हॉस्पिटलमध्ये आल्यावर 'होल्डिंग रूम'मध्ये मी गेलबरोबर दोन-एक तास घालवू शकणार होतो. त्यानंतर ऑपरेशन थिएटरकडे जाताना मात्र त्या लांबलचक बोळातून मला एकट्यानंच चालत जावं लागणार होतं- फासावर जायला निघाल्याप्रमाणे! ऑपरेशनपूर्वी मन शांत होण्यासाठी एखादी गोळी घ्यावी असं नर्सनं मला सुचवलं.

गॉर्डन ब्राउन यांनीदेखील फोन करून विचारपूस केली. ऑपरेशन सात-आठ तास चालेल असं मी सांगितल्यावर ते म्हणाले– 'ठीक आहे. फार काही वाईट नाही. माझ्या डोळ्यांच्या ऑपरेशनला तेवढाच वेळ लागला होता.' हे गॉर्डन मला नवीन होते. या अगोदर किंवा नंतर पुन्हा कधीही ते असं बोलले नाहीत; पण त्या क्षणी मात्र मी त्यांच्याशी पूर्णपणे 'कनेक्टेड' असल्याचं मला जाणवलं.

मी या ऑपरेशनमधून जिवंत बाहेर न येण्याची किंचितशी का होईना, पण शक्यता होती. त्यादृष्टीने आदल्या दिवशी मी माझ्या कुटुंबीयांपैकी प्रत्येकाला पत्र लिहिलं. हे करताना मला खूप यातना झाल्या, रडू कोसळलं.

त्या दुपारी गेल न्यू यॉर्कला येऊन पोहोचली. ती रॅन्डम हाउस प्रकाशनाची सी.ई.ओ. होती, आजही आहे आणि तिच्यावर कामाचा प्रचंड ताण होता; पण ती न्यू यॉर्कच्या ऑफिसमध्ये काम करणार होती. तिनं माझ्यासाठी एवढं करण्याइतपत माझी लायकी नाही असं मला वाटून गेलं.

गेल लगेच कामाला लागली. मी घेतलेल्या फ्लॅटचं 'घरा'त रूपांतर करण्यात ती मग्न झाली. दरम्यान, आम्ही सतत एकमेकांशी बोलत होतो. त्या रात्री आम्हा दोघांत कल्पनातीत जवळीक निर्माण झाली. कॅन्सर हा अतिशय क्लेशकारी आजार आहे; पण त्याचबरोबर त्याच्यामुळे तुम्हाला कमालीची जवळीकही अनुभवायला मिळते. माझ्या आयुष्यातला हा काळ मी कधीही विसरू शकणार नाही.

ऑपरेशनच्या दिवशी सकाळी जाग आली तेव्हा थोडीशी भीती आणि काहीशी उत्कंठा अशा अवस्थेत मी होतो. मी टी-शर्ट घातला आणि विनाकारण खूप लवकर हॉस्पिटलमध्ये जाऊन बसलो. जाताना वाटही चुकलो आणि त्याबद्दल गेलशी वादावादीही झाली. आम्ही होल्डिंग रूममध्ये असतानाच लाल 'बान्डाना' टोपी घातलेले मरे ब्रेनन आले. 'आता तुला वाचवणं माझ्या हातात आहे' असं म्हणत त्यांनी मायेनं मला मिठी मारली. त्या क्षणी या माणसाची ताकद आणि आपुलकी मला जाणवली.

आणखी दीड तासानं आत जायची वेळ आली.

पंचवीसएक पावलं गेल माझ्याबरोबर आली आणि मग मागे फिरली. विशाल आणि चमकणाऱ्या ऑपरेशन थिएटरमध्ये मी शिरलो. छतावरून व्हिडिओ स्क्रीन्स लटकले होते; मध्यभागी असलेलं टेबल त्या भव्य खोलीत अगदीच छोटंसं वाटत होतं. एका कोपऱ्यात मरे ऑपरेशन-पूर्व 'स्क्रबिंग' करत होते. माझ्याकडे त्यांचं लक्ष गेलं नाही. मी टेबलवर चढून बसलो आणि ॲनस्थेटिस्टनं मला तात्पुरतं मुक्त केलं.

लहानांतलं धैर्य

मला वर झगमगता दिवा दिसला अन् मी जिवंत असल्याची खात्री पटली. मी आवंढा गिळला. मी जिवंत होतो. हुश्श! गेल आत आली आणि मी मुलींना बोलावून घेतलं. ग्रेस जरा काळजीत होती. जॉर्जिया आनंदात होती. त्या रात्री मी तरल अवस्थेत टी.व्ही. बघत राहिलो. डोळा अजिबात लागला नाही.

मी यापूर्वी कधी इतक्या आनंदात असल्याचं मला स्मरत नाही; पण हे सुख म्हणजे काही अंशी तरी मी घेत असलेल्या 'स्टेरॉईड्स' औषधांमुळे निर्माण झालेला भ्रम होता. सकाळी माझी रवानगी हॉस्पिटलमधल्या माझ्या 'निवासस्थानी' करण्यात आली. या छोट्या खोलीत माझ्याखेरीज एक बडबड्या न्यू यॉर्कवासी होता. या खोलीला खिडकीही नव्हती. ही जागा केवळ कामापुरती म्हणून तयार केली होती, बरं वाटावं म्हणून नव्हे.

तिचा दिवस कसा वाईट गेला हे गेलनं मला सांगितलं. मरे थिएटरमधून बाहेर येईपर्यंत ताटकळणं. अखेर जेव्हा ते आले तेव्हा त्यांचा अवतार बघण्यासारखा होता- पांढरा कोट रक्ताने माखलेला आणि चेहरा एखाद्या विलक्षण द्वंद्वातून सुटका झाल्यासारखा थकलेला. बरगड्या तोडून ऑपरेशन करावं लागू नये म्हणून त्यांनी प्रयत्नांची शर्थ केली होती. कॅन्सरची गाठ असलेला भाग कापून काढल्यावर अन्ननलिकेची दोन टोकं एकमेकांना जोडताना नाकी नऊ आले होते.

त्या वेळी मरे यांनी लिहून ठेवलं– 'आज आम्ही लॉर्ड गूल्ड यांच्यावर 'इसोफॅगो-गॅस्ट्रेक्टमी'ची शस्त्रक्रिया केली. आम्ही पोटातून मार्ग काढू शकतो, परंतु अन्ननलिकेला दिलेला जोड खूप वरच्या बाजूला असल्यानं त्यांचा फॉलो-अप बारकाईनं करावा लागेल.' आम्हा दोघांच्या दृष्टीनं हे ऑपरेशन कष्टप्रद होतं हे उघडच आहे.

माझ्या नवीन खोलीत मी रुळलो. माझ्या नाकासह शरीरामध्ये विविध ठिकाणी नळ्या खुपसल्या होत्या. माझा चेहरा पांढराफट्ट पडला होता. मी प्रेतवत् वाटत होतो असं गेल म्हणाली. ती खोली, आम्हा दोन रुग्णांमधला झिरझिरीत पडदा, माझा अवतार आणि जागेचा अनोळखीपणा– या साऱ्याचा गेलला उबग आला होता. कित्येक दिवस मी पाणीदेखील पिऊ शकत नव्हतो. कापूस लावलेली काडी पाण्यात बुडवून ती चोखणं एवढंच मला शक्य होतं.

नाकातली नळी आणि तोंडाला सतत पडलेली कोरड यामुळे मला नीट बोलता येत नव्हतं. शिवाय जे बोलायचो ते समोरच्याला धड कळायचं नाही. बहुतेक नर्सेसना तर माझ्या बोलण्याचा अजिबात बोध होत नव्हता. याउलट माझ्या खोलीतल्या न्यू यॉर्कवासीयानं नुसता हुंकार दिला तरी त्याला काय हवंय हे त्यांना कळत असे.

माझा दिवस वाईट गेलाच; पण रात्र त्याहून भयानक होती. मला दिलेल्या अफूच्या इंजेक्शनमुळे सारखी तगमग होत होती. एकापाठोपाठ एक भीतिदायक स्वप्नं आणि काळ्याकुट्ट शक्तींनी मला घेरून टाकलं होतं. माझी खोली सतत हलतेय, वेडीवाकडी होतेय आणि मला धमकावतेय असं मला वाटत होतं. दररोज रात्री असाच प्रकार- एकीकडे माझ्या शेजाऱ्याची बडबड आणि दुसरीकडे एक अमूर्त अंधार.

दुसऱ्या दिवशी माझी मन:स्थिती आणखी खालावली. मी उठलो ते अंगात त्राण नसल्याच्याच अवस्थेत. ऑपरेशनची वेदना मला चैन पडू देत नव्हती. फार धडपड न करता निपचित पडून राहावं असं मला वाटलं.

मनातल्या मनात मला जाणवलं की, हे वागणं पालीसारखं आहे- दबून, लपून राहणं; पण असं करण्याचा उलटाच परिणाम झाला. या आजारातून बाहेर पडण्याची जिद्द माझ्यापाशी नाही असं माझे डॉक्टर्स आणि नर्सेसना वाटलं, तर ते सगळेही निरुत्साही प्रतिसाद देतील, हे मला जाणवलं.

मरे यांना वाटलं की, ऑपरेशनच्या जागी आतमध्ये कुठेतरी 'लीकेज' असेल आणि म्हणून माझा मूड खालावला आहे. त्यांनी लगेच सी.टी. स्कॅन करून घेतला. यासाठी मला एक औषध घशाखाली लोटावं लागलं आणि विचित्र पोझिशनमध्ये निपचित पडून राहावं लागलं. या सगळ्याचा खूप त्रास झाला. सुदैवानं आत काहीही गडबड नव्हती; पण मी यातून धडा शिकलो. माझा मूळ स्वभाव सकारात्मक आहे आणि मी आतासारखा निराश झालो, तर माझी आणखी गोची होते. हा साक्षात्कार झाल्यानंतर मात्र माझा आत्मविश्वास वाढला आणि माझी तब्येत भराभर सुधारू लागली.

एवढं मोठं ऑपरेशन होऊनही या मंडळींनी मला हालचाल करायला, चार

पावलं चालायला लावलं. तसं केल्यानं माझ्या फुप्फुसांत पाणी साठून न्यूमोनिया व्हायची शक्यता कमी होणार होती.

त्या लोकांनी काहीतरी करून मला बिछान्यातून उठवलं आणि विविध नळ्यांच्या लवाजम्यासह मला चालतं केलं. प्रत्येक पाऊल टाकताना यातना होत होत्या. माझ्या खोलीतून निघून एका ब्लॉकला प्रदक्षिणा घालून परत येणं म्हणजे काय ते विचारूच नका. माझ्या या प्रवासाला मी 'वॉक ऑफ डेथ' असं म्हणू लागलो. सुरुवातीला पाच फेऱ्या, मग दहा, मग वीस.

या चालण्याच्या मोहिमेत मी एकटा नव्हतो. माझ्यासारखे ऑपरेशन झालेले अनेक रुग्ण आपापल्या नळ्या, बाटल्या, पिशव्या सांभाळत इकडे-तिकडे वावरत होते. डोळे खोल गेलेले, शून्यात नजर असलेली, पांढरीफट्ट पडलेली ही माणसं म्हणजे भुतांसारखीच वाटत होती. न कोणी कोणाशी बोलत होतं, न कोणी हसून अभिवादन करत होतं. सगळी हालचाल स्मशानशांततेत चालू होती.

पण एवढं सगळं असूनही प्रत्येक दिवशी प्रकृतीत थोडी-थोडी सुधारणा होत होती. एक-एक करून माझ्यातल्या सर्व नळ्या काढल्या गेल्या आणि आठवडाभरात मी कोणाचाही आधार न घेता एकट्याने चालू लागलो. मानवी शरीराची ही शक्ती अचाट आहे!

एकीकडे ऑफिसचं प्रचंड काम सांभाळून गेल दिवसातून दोनदा मला भेटायला येत असे आणि आली की खूप वेळ थांबत असे. तिला हॉस्पिटल कधीच आवडलं नाही; पण तिला न रुचलेला हॉस्पिटलचा तुटकपणा किंवा निर्घृणपणा ही एकप्रकारे या जागेची शक्ती होती. कॅन्सर हा काही कच्चा शत्रू नाही. त्याच्याशी दोन हात करून त्याला पराभूत करायला तुम्हीदेखील ताकदवान आणि घट्ट मनाचे असावे लागता. त्यात हे न्यू यॉर्क होतं. इथे येऱ्यागबाळ्याचा निभाव लागणं एरवीही कठीण!

गेलनं अनेक वेळा मला या 'ट्विन-शेअरिंग' खोलीतून स्वतंत्र खोलीत हलवायचा प्रयत्न केला; पण प्रत्येक वेळी आमच्या अगोदर कोणीतरी खोली पटकावलेली असायची. शेवटी एका नर्सने सुचविलेली युक्ती कामी आली. आपलं सामानसुमान घेऊन जायचं आणि खोली रिकामी दिसताच तिच्यात घुसून तळ ठोकायचा. असं असतं न्यू यॉर्कमधलं हॉस्पिटल; पण हळूहळू मला ते आवडू लागलं होतं.

आता माझ्या बोलण्यात थोडा स्पष्टपणा येऊ लागला होता. नर्सेसची आणि माझी चांगली ओळख झाली. त्या उच्च दर्जाच्या होत्या. नुकताच त्यांना ईशान्य अमेरिकतील सर्वोत्कृष्ट नर्सिंग स्टाफ म्हणून बहुमान मिळाला होता. या नर्सेसपैकी प्रत्येकीनं सरासरी दहा वर्षे याच वॉर्डात काम केलं होतं. त्या अतिशय कार्यक्षम

होत्या आणि आपुलकीनं वागायच्या. गंमत म्हणजे नर्सिंग गणवेशाऐवजी त्या जीन्स आणि टी-शर्ट परिधान करून कामं करायच्या. त्यांचा आत्मविश्वासही दांडगा होता.

डॉक्टर्सही उत्तमोत्तम होते. त्यांच्यातले काहीजण जगाच्या कानाकोपऱ्यांमधून काही काळ फेलोशिप घेऊन, या मोठ्या कॅन्सर हॉस्पिटलमध्ये अनुभव घ्यायला आलेले होते. ते सगळे शिकायला उत्सुक आणि तल्लख बुद्धीचे होते. त्यांच्याशी बोलण्यात मी तासन्तास घालवीत असे. मला मेमोरियल स्लोन-केटरिंग 'आवडलं' असं मी म्हणू शकणार नाही; पण मला त्याविषयी अतिशय कौतुक वाटत होतं.

ऑपरेशननंतर सुमारे पाच दिवसांनी एकदा अतिशय उत्साहाच्या भरात मरे माझ्या खोलीत शिरले. त्यांच्या आविर्भावात अगोदरचा अलिप्तपणा अजिबात नव्हता. 'तुमचे हिस्टॉलॉजी रिपोर्ट्स हाती आले आहेत आणि एकाही लिम्फनोडमध्ये कॅन्सरच्या पेशी दिसत नाहीत' असं त्यांनी जाहीर केलं. मी दुसऱ्यांदा करिअर प्लॅन करायला मोकळा होतो.

ते बोलत राहिले. एका लिम्फनोडमध्ये तरी कॅन्सर निघेल, अशी भीती त्यांना वाटत असल्याने इतके दिवस ते अबोल आणि अलिप्त होते. लिम्फनोडपर्यंत कॅन्सर पोहोचला असता, तर काही शाश्वती नव्हती; पण आता मी पुढची पाच वर्षे जिवंत राहण्याची ७५ टक्के शक्यता होती. हळूहळू माझ्या अंतरंगात आशा आणि उत्साहाची भावना पसरू लागली. ज्या ज्या वेळी सर्व विपरीत परिस्थितीवर मात करून आम्ही निवडणूक जिंकली होती, त्या त्या वेळीही अशीच भावना मला अनुभवायला मिळाली होती.

कॅन्सरच्या लढ्यात अनेक वेळा एक पाऊल पुढं तर पुढचं पाऊल पुन्हा मागे, अशी स्थिती होते. दोन दिवसांनंतर ऑपरेशनची जखम खूप लाल आणि हुळहुळी झाली. मरेना वाटलं की जखमेत इन्फेक्शन झालंय. ते अँन्टिबायोटिक्स द्यायच्या विरुद्ध होते. (त्या काळात आणि अजूनही एम.आर.एस्.ए. नामक भयानक जंतूंनी जगभरातील हॉस्पिटलमध्ये थैमान घातलं आहे. हे जंतू कुठल्याही अँन्टिबायोटिकला जुमानत नाहीत.) जखम उघडीच ठेवून ती हळूहळू नैसर्गिकरीत्या भरू द्यावी असं मरे म्हणाले. दोन-तीन आठवड्यांत ती भरेल, असा विश्वास त्यांना वाटत होता.

या इन्फेक्शनमुळे 'पॅकिंग' नामक एका अघोरी प्रकाराशी माझी ओळख झाली. कॅन्सर प्रवासातला हा टप्पा मला अजिबात न रुचणारा होता. पॅकिंग म्हणजे बॅन्डेजच्या कापडाची एक लांबलचक 'वात' लाकडी चमच्याच्या साहाय्यानं जखमेत ठासून भरणे. अशा प्रकारे संपूर्ण जखम भरून टाकली जाते. हे करताना फार दुखत नसलं तरी तुम्ही अस्वस्थ नक्कीच होता.

या पॅकिंगच्या अगोदरची पायरी क्लेशकारक होती. ही उघडी जखम शॉवरखाली व्यवस्थित धुवावी लागे. नुसती बाहेरून नव्हे, तर आतूनसुद्धा. आपल्याच शरीराला पडलेली एक खोल, लालबुंद खोक बघताना जे काही वाटलं ते मी विसरणं शक्य नाही आणि जखम धुण्याचा हा प्रकार दिवसातून दोनदा, असं दोन महिने मला करावं लागणार होतं.

हॉस्पिटलमधून घरी जाण्याच्या आदल्या दिवशी एका जूनिअर डॉक्टरकडून माझी जखम तपासून घेणं अपेक्षित होतं. याकरिता एकमेव जागा म्हणजे हॉस्पिटलचा बाह्यरुग्ण विभाग. ज्या ज्या लोकांना महागडी वैद्यकीय सेवा परवडत नाही त्यांना या विभागातच पहिल्यांदा यावं लागतं. इथं तर कुठल्याही प्रकारे आरामदायी असं काही नव्हतं. वेटिंग एरियामध्ये अनेक आफ्रिकन-अमेरिकन लोक अस्वस्थपणे बसले होते. एक पन्नास-साठीचा माणूस बायकोबरोबर आला होता. त्याच्या घशात अन्न देण्यासाठी एक नळी घातली होती. त्याला धाप लागली होती आणि अशातच त्याच्या घशातून एक विचित्र घरघर बाहेर पडत होती. त्याला बायकोनं धरून ठेवलं होतं, या पकडीत प्रेम आणि काळजीचं मिश्रण होतं. मी तिच्याकडे पाहून स्मित केलं पण तिची नजर शून्यात लागलेली होती.

थोड्या वेळानं डॉक्टर त्याला तपासायला आत घेऊन गेल्यावर मात्र ती मनापासून हसली. हे काही क्षण ती एकटी असल्यामुळे तिला जरा हायसं वाटलं असावं. एरवी आजारी नवरा सतत बाजूला असताना तिला क्षणाचीही उसंत मिळत नसावी आणि दिवसच्या दिवस, रात्रीच्या रात्री तिला सतत त्याच्याजवळ राहावं लागत असावं.

ज्यांच्याकडे धड आरोग्यविमा नाही, पुरेसे पैसे नाहीत आणि मदतीसाठी पुरेसं मनुष्यबळही नाही, अशांकरिता कॅन्सर किती भयानक असू शकतो याची मला जाणीव होऊ लागली. हे जोडपं तसं भाग्यवानच म्हणायचं. निदान त्यांना या विख्यात हॉस्पिटलमध्ये उपचार मिळत होते; पण अमेरिकेतच काय, जगात कोठेही एवढं भाग्यही ज्यांच्यापाशी नाही त्यांचं काय? कोणत्याही परिस्थितीत कॅन्सरशी मुकाबला अवघडच असतं. त्यात गरिबीही असेल तर हा आजार म्हणजे साक्षात नरकच.

दुसऱ्या दिवशी मी हॉस्पिटलमधून बाहेर पडून मेच्या मध्यावरील उबदार उन्हात पाऊल टाकलं. आजबाजूची सगळी झाडं फुलून गेली होती, अशाने मनाला उभारी मिळेल नाहीतर काय! मी दिव्यातून बाहेर पडलो होतो... विजयी होऊन!

आम्ही हॉटेलवर परतल्यावर मी चारचौघांसारखं जीवन जगण्याचा प्रयत्न करू लागलो; पण हे वाटलं तितकं सोपं नव्हतं. मी जेवायला बाहेर गेलो, पण चिकनचा

पहिलाच घास घशात अडकला. घसा प्रचंड दुखू लागला, मळमळू लागलं. कसाबसा धडपडत मी घरी आलो. ते चिकन खाली उतरायला तब्बल दोन तास लागले. असे प्रकार वारंवार होत राहिले. हे सगळं माझ्यापेक्षाही गेलला जास्त अवघड जात होतं.

दरम्यान, हॉस्पिटलमधील दोन नर्सेस येऊन दिवसातून दोनदा पॅकिंग करून जात होत्या. माझा दिनक्रमही ठरून गेला होता. नजीकच्या उद्यानात फेरफटका, मग काहीतरी खाण्याचा निष्फळ प्रयत्न, संध्याकाळी टी.व्ही.वर राजकीय कार्यक्रम बघणं. हे कार्यक्रम अर्थात अमेरिकेतल्या आगामी 'प्रायमरी निवडणुकां'संबंधीचे होते.

निवडणुकांबद्दल चर्वितचर्वण हा तर माझा अगदी आवडीचा विषय. राजकीय आणि खासगी अशा दोन्ही कारणांसाठी मी हिलरी क्लिंटनच्या बाजूचा होतो. १९९२ च्या प्रचार मोहिमेत मी बिल क्लिंटनबरोबर अगदी जवळून काम केलं होतं; किंबहुना मला राजकारणाच्या अनेक पैलूंबाबत तेव्हा बाळकडू मिळालं होतं. एवढं असूनही बराक ओबामाच जिंकतील असं मला वाटत होतं.

अधूनमधून या दिनक्रमात थोडा बदल होत असे. एकदा माझा चांगला मित्र आणि 'लिटररी एजंट' एड व्हिक्टर मला भेटायला आला. मग आम्ही मॉस्कोत चालू असलेला चेल्सी आणि मॅन्चेस्टर युनायटेडदरम्यानचा चॅम्पियन्स लीगचा अंतिम सामना टी.व्ही. वर बघितला; पण तरीही राजकारण आणि माझी इंग्लंडला परतीची तयारी हेच विषय प्रामुख्याने होते. अशा प्रकारे माझं न्यू यॉर्कमधलं वास्तव्य संपत आलं.

३० मे रोजी मी लंडनला परतलो. माझ्या सर्व लवाजम्यासह रॉयल मार्सडेन हॉस्पिटलमध्ये जायचं मी ठरवलं होतं. तिथल्या, पोटाच्या विकारांचे तज्ज्ञ प्रा. डेव्हिड कनिंगहॅमची अपॉइंटमेंट अगोदरच घेऊन ठेवली होती.

पण त्या अगोदर, खासगी वैद्यकीय व्यवसाय करणारे कॅन्सर तज्ज्ञ मॉरिस स्लेविन यांची भेट मी घेतली. मरे ब्रेनन यांनी माझ्या आजाराविषयी जे भाकीत केलं होतं, ते मॉरिसला अजिबात पटलं नव्हतं. मी पाच वर्षं जगण्याची शक्यता ७५ टक्के असल्याचं ब्रेनन म्हणाले होते, मॉरिसच्या मते ही शक्यता ४० टक्के इतकी कमी होती. मी रेडिएशन घ्यावं असंही त्यांनी सुचवलं.

मॉरिस स्लेविनपाठोपाठ मी एन.एच.एस.च्या सर्जनना भेटलो (न्यू यॉर्कला जाण्याअगोदर यांना न भेटण्याचा निर्णय मी घेतला होता.) माझ्यावर चुकीची शस्त्रक्रिया केली गेली होती असं त्यांनी ठामपणे सांगितलं. पाहिजे तेवढे लिम्फनोड काढले गेले नव्हते. शिवाय बरगड्या तोडून, अधिक खोलवर ऑपरेशन करायला

हवं होतं असं त्यांचं म्हणणं होतं. माझी जखम भरायला आणखी एक-दीड महिना लागेल आणि वर इन्फेक्शन झाल्यामुळे मला भला मोठा हर्नियाही झालाय असं सांगून त्यांनी माझ्या जखमेवर मीठ चोळलं! आणि या रागळ्या चुका निरतरायला अजून एक मोठं ऑपरेशन करावं लागेल असंही ते म्हणाले.

हे ऐकून मी भांबावून गेलो, घाबरलोही; पण माझा अनुभव काही जगावेगळा नव्हता. दोन डॉक्टरांचं कधीच एकमत होत नसतं. इंग्लंडमधल्या या दोन तज्ज्ञांचं मत मी ब्रेननला कळविल्यावर या तिघांमध्ये जोरदार ई-मेल युद्ध झालं. मरे ब्रेनन चिडले; त्यांचा सल्ला योग्यच होता, यावर ते ठाम होते. त्यांच्या मते ब्रिटिश डॉक्टर्स सूड घेत होते. माझा पाठिंबा ब्रेननचाच होता.

आत शिरताक्षणीच मी मार्सडेनच्या प्रेमात पडलो. ते कार्यक्षम आहेतच, शिवाय इथलं वातावरण सौहार्दपूर्ण आहे. इथं तुम्हाला आपलंसं वाटतं. लोक प्रेमानं तुमची चौकशी करतात. केवळ कॅन्सर झालेल्यांवर उपचार करणारं हॉस्पिटल मी शक्यतो पसंत करतो. अशा ठिकाणी सर्व पेशंट्समध्ये एक बंधुभाव निर्माण होतो. प्रत्येकाचा शत्रू तोच. ही गोष्ट तिथल्या कर्मचाऱ्यांनाही नीट ठाऊक असते.

काही दिवसांत मार्सडेन माझं दुसरं घरंच बनून गेलं. मेमोरियल स्लोन-केटरिंगची यंत्रवत् कार्यक्षमता, आपण सर्वोत्तम असल्याचा आत्मविश्वास आणि काहीशा अलिप्त वातावरणात आणि मार्सडेनच्या वातावरणात भरपूर तफावत आहे.

मार्सडेन तसं लहान आहे; पण तरीही त्यात थोडासा वेंधळेपणा आहे. इथंही कॅन्सरचा पराभव करणं हेच उद्दिष्ट असलं, तरी त्याच्या बरोबरीनं पेशंट आणि त्यांच्या नातेवाइकांचं आयुष्य शक्य तितकं सुलभ कसं होईल, याचा विचार केला जातो. स्लोन-केटरिंगसारखं देदीप्यमान यश इथं अगदी सतत लाभलं नसलं तरी इथले तज्ज्ञ काही कमी दर्जाचे नाहीत. तेही तुल्यबळच आहेत, पण त्यांमध्ये एक प्रकारची नम्रताही आहे.

हां, इथल्या कार्यपद्धतीत काही दोष नक्कीच आहेत (अंतर्गत ताळमेळ काही खास नाही), पण तरी बव्हंशी सगळं उत्तम आहे. मार्सडेन हे एन.एच.एस. हॉस्पिटल आहे. इथं येणारे ३० टक्के पेशंट जरी माझ्यासारखे 'प्रायव्हेट पेशंट' असले तरी, या हॉस्पिटलची मूळ प्रेरणा आणि तत्त्वप्रणाली अबाधित राहते.

उपचारांबाबतच्या निर्णयप्रक्रियेत अमेरिकन पेशंट जास्त प्रमाणात सहभागी असतात आणि त्यांना कार्यक्षमतेची अपेक्षा असते; पण मार्सडेनमध्ये माणुसकीची ऊब अधिक जाणवते. इथलं वातावरण हे फक्त देवाण-घेवाणीचे नाही, तर ते मैत्रीचे आहे.

प्रा. डेव्हिड कनिंगहॅम जागतिक कीर्तीचे कॅन्सरतज्ज्ञ आहेत. कॅन्सर उपचारांबाबतच्या 'MAGIC ट्रायल'च्या विकसनात त्यांचा मोलाचा वाटा होता. (या अभ्यासातून निघालेले निष्कर्ष जठराच्या कॅन्सरच्या उपचारांकरिता पथदर्शक ठरले.) जूनच्या सुरुवातीला आम्ही त्यांना भेटलो. कॅन्सरचे उपचार अर्धवट झाले असताना मी मार्सडेनमध्ये हजर झालो होतो. त्यात भर म्हणजे इथं ऑपरेशन करायला नकार देऊन मी अमेरिकेला गेलो होतो. शिवाय लंडनच्या प्रसिद्ध हार्ले स्ट्रीटच्या तज्ज्ञांचा केमोथेरपीचा सल्लाही मी मानला नव्हता. आमच्या एकूण निर्णयांबद्दल ते फारसे खूश नसावेत असं आम्हाला वाटून गेलं.

पहिल्या भेटीत कनिंगहॅम जरा अलिप्त वाटले. अर्थात त्यांच्या ज्ञानाविषयी आम्हाला तिळमात्र शंका नव्हती. मी या माणसाला सुरुवातीला नीट ओळखलं नाही, हे पुढच्या काही महिन्यांमध्ये मला कळून चुकलं. एखाद्याला मनोधैर्य देण्यात आणि त्याच्याशी जवळीक साधण्यात हा माणूस वाकबगार होता; पण त्यांची ही बाजू तुम्हाला हळूहळू लक्षात येते, एवढंच! योग्य वेळी योग्य सल्ला किंवा मर्मदृष्टी त्यांना अचूक साधते.

स्लोन-केटरिंग हे उत्तम केंद्र आहे, हे मान्य करण्याचं औदार्य त्यांच्यापाशी होतं. शिवाय लंडनमध्ये केमोथेरपी घ्यायची असल्यास मॉरिस स्लेविनसारखा उत्तम माणूस नाही हेही, त्यांनी सांगितलं.

कनिंगहॅम यांनी माझ्या केमोथेरपीच्या योजनेत काही बदल सुचवले. तीन आठवड्यांतून दोन आठवडे कॅपेसिटाबीनची गोळी त्यांनी मला दररोज घ्यायला सांगितली. मॉरिसनं मला रेडिएशन घ्यायचा सल्ला दिला होता; पण कनिंगहॅमनं ते न घेण्याबद्दल सूचना दिल्यामुळे मी जरा अस्वस्थ होतो. मी या आजारातून वाचण्याची शक्यता कितपत आहे हे मी त्यांना विचारलं. 'ठीक आहे' या पलीकडं स्पष्ट उत्तर द्यायला त्यांनी नकार दिला. त्यांनी मला प्रभावित केलं होतं; पण माझ्याबद्दल त्यांचं काय मत झालं असेल, याविषयी मी साशंक होतो.

ऑपरेशननंतरच्या केमोथेरपीला मी सुरुवात केली आणि माझा आत्मविश्वास वाढला. यापूर्वीही मी केमो घेतली होती; पुन्हा घेण्यात मला काहीच अडचण वाटत नव्हती; पण इथे अनेक लोक कॅन्सरच्या बाबतीत करतात तीच चूक मी केली– गोष्टी गृहीत धरण्याची चूक!

मॉरिसच्या तुलनेत इथे गोष्टी जरा हळू सरकायच्या; पण एकूण प्रक्रिया अतिशय कार्यक्षम होती. नर्सेसही कुशल होत्या. मी सकाळी नऊला केमोसाठी दाखल होत असे. सर्व आटोपून संध्याकाळी पाचला परत घरी.

पण घरी आल्यावर मला काहीतरी वेगळं जाणवलं. पहिल्या केमोच्या वेळी

ती जहाल औषधं माझ्या शरीरानं व्यवस्थित पचवली होती. या वेळी मात्र त्या रसायनांचं अस्तित्व मला जाणवू लागलं. माझ्या पावलांत आणि बोटांमध्ये वेदना जाणवत होत्या; शिवाय मुंग्या आल्याची भावना होत होती, इतकं की फ्रिजमधून काढलेल्या कुठल्याही वस्तूला मी स्पर्श करू शकत नव्हतो. माझ्या शरीरावर रसायनांनी पूर्ण ताबा मिळवल्यासारखं मला वाटू लागलं. 'कोल्ड कॅप' घातल्यावर डोक्याला जो बधिरपणा जाणवायचा, तोच आता संपूर्ण शरीरभर जाणवू लागला.

ऑपरेशननंतर जाणवणाऱ्या वेदनेपेक्षा आणि अस्वस्थपणापेक्षा हा प्रकार काहीतरी वेगळाच होता. रसायनं तुमच्या हाडा-मांसात भिनल्यासारखं वाटतं. ऑपरेशनचे परिणाम आणि तुमच्या जाणिवांच्या मध्ये तुम्ही मानसिक पातळीवर एखादी भिंत बांधू शकता; पण केमोला काही धरबंधच नसतो. तुमच्या रक्ताचं जणू रूपांतर होऊन हे विष तुमच्या शरीराच्या काना-कोपऱ्यापर्यंत पोहोचतंय अशी तुमची भावना होते.

स्टेरॉईड्सच्या मदतीने पुढचे दोन दिवस मी कसेबसे रेटले; पण शनिवार उजाडेपर्यंत माझ्या घशातून आम्ल चवीचा ओघ सुरू झाला असल्यासारखं मला जाणवलं. मळमळणं आणि उलट्या होणं ओघानं आलंच. अन्न गिळणं सोडाच, गोळ्या घेणंही अवघड होऊन बसलं. बोट लागल्यावर जी भावना होते, ती भावना माझी सोबती झाली. तीन आठवड्यांनंतर कुठं या परिस्थितीत थोडीफार सुधारणा होऊ लागली.

केमोची दुसरी फेरी याहूनही भयानक ठरली. काहीही खायचा थोडा प्रयत्न केला, तरी उलटी ठरलेली. प्रत्येक गोळी घशाखाली ढकलणं म्हणजे महाकठीण. मी खिडकीजवळ खुर्चीत बसून त्या गोळ्या पोटात घालण्यात जवळजवळ एक तास घालवत असे.

आता मी आयुष्य दिवसांच्या किंवा तासांच्या मापात मोजत नव्हतो तर प्रत्येक मिनिट, नव्हे सेकंद मी सुटा-सुटा मोजून जगत होतो. कॅन्सरच्या लढ्यातलं हे त्रिकालाबाधित सत्य आहे– हा दैदीप्यमान, निर्णायक लढा नसतो. एका-एका गोळीने, टप्प्याटप्प्याने तुम्ही छोटे-छोटे विजय संपादन करत पुढे जायचा प्रयत्न करत असता. याला मी 'द करेज ऑफ द स्मॉल' असं संबोधलं आहे– 'लहानांतलं धैर्य'

समोर टक लावून मी सोफ्यावर मुटकुळं करून बसलो होतो. खाता येत नव्हतं, बोलता येत नव्हतं; धड हलताही येत नव्हतं. माझी ही भुतासारखी, निपचित, पांढरीफट्ट अवस्था डोळ्यांनी बघणं गेलच्या दृष्टीने सगळ्यात अवघड दिव्य होतं असं मला तिनं नंतर सांगितलं.

मार्सडेनच्या डॉक्टरांना ही औषध-योजना थोडी सौम्य करायची होती. त्यांनी माझे हाल पाहिले होते; पण मी कॅन्सरशी कुठल्याही प्रकारची तडजोड करायला तयार नव्हतो. परिस्थिती अशीच चिघळत गेली आणि या लढ्यात प्रथमच मी खचू लागलो.

या दरम्यान लेबर पार्टीच्या माजी सचिव मार्गारेट मॅक्डोनाघ यांनी मला फोन केला. 'केमो माझा पराभव करू पाहतेय,' मी म्हणालो, मार्गारेट 'न्यू लेबर'मध्ये सर्वांत कणखर म्हणून ओळखली जायची. माझ्यातला हा कमकुवतपणा पाहून ती चिडलीच. 'तू चुकतोस फिलिप, केमो तुझा पराभव करत नाहीये; तू तिच्यावर ताबा मिळवतोयस,' ती जवळजवळ ओरडलीच. मी तिच्या आवेशाने एवढा घाबरलो की, माझा लढा नव्या जोमानं पुन्हा सुरू करण्यावाचून मला तरणोपाय उरला नाही.

मग डेव्हिड ब्लंकेटने फोन केला. मला कोणीही अडवू शकणार नाही असा ठणकावणारा संदेश त्यानं दिला. त्याच्या आवाजात प्रचंड ताकद होती. अनेक वर्षे विपरीत परिस्थितीशी जिद्दीने झुंज दिल्याने त्यानं ही ताकद कमावली होती. मला याचा निश्चितच फायदा झाला.

एव्हाना औषधांचं एखादं छोटं दुकान भरेल इतपत औषधं मी उलट्या कमी होण्यासाठी घेत होतो. जवळजवळ दररोज एखादं नवं औषध मला दिलं जायचं; पण कशाचाच उपयोग होत नव्हता.

एका शनिवारी संध्याकाळी माझा उजवा हात बधिर झाल्याचं मला जाणवलं. त्याच्यापाठोपाठ डावा हात, मान, चेहरा, तोंड– सगळ्याच भागांच्या संवेदना लुप्त झाल्या. मला पॅरालिसिस होतोय की काय? मी भयभीत झालो. मला हृदयविकाराचा झटका आलाय की 'स्ट्रोक'?

मला धड बोलताही येत नव्हतं. मी माझ्या स्थितीचं वर्णन हुंकारांनी कसंबसं करत गेलच्या कानावर घातलं. तडक गाडीने यू.सी.एच. (युनिव्हर्सिटी कॉलेज हॉस्पिटल)चा इमर्जन्सी विभाग गाठला. कोणत्याही शनिवारी संध्याकाळी असते तशी पेशंट्सची गर्दी होती. खोलीच्या मध्यभागी, शरीर बधिर झालेला मी, हेलकावे खात कसाबसा उभा होतो. माझा चेहरा एखाद्या पुतळ्यासारखा झाला होता असं गेल म्हणाली.

आमच्या पुढे दोन लोक होते, त्यांनाही काहीतरी आजार असणार; पण गेल सरळ समोर घुसली. 'यांना कॅन्सर झालाय आणि हार्ट अटॅक आलाय, असं ओरडली. क्षणार्धात मला पलीकडच्या खोलीत हलवलं गेलं. ई.सी.जी. आणि इतर काही चाचण्या घेतल्या गेल्या. मळमळ कमी करण्याच्या एका औषधाची ही रिॲक्शन आहे, हे डॉक्टरांच्या लगेच लक्षात आलं. आवश्यक ते इंजेक्शन दिल्यावर माझा 'पॅरालिसिस' नाहीसा झाला. माझ्या प्रत्येक क्रायसिसमध्ये मला

यु.सी.एच.कडून उत्कृष्ट सेवा मिळाली आहे.

हे सर्व चालू असताना दुसरीकडे माझ्या जखमेचं 'पॅकिंग' चालूच होतं. हा प्रकार लवकर थांबायची लक्षणं दिसत नव्हती. इथे डॉना लुईस स्पेन्सरचं आगमन झालं. या सेंट थॉमस हॉस्पिटलमधल्या ज्येष्ठ पॅलिएटिव्ह नर्स होत्या आणि आज माझ्या त्राता म्हणून माझ्या समोर उभ्या होत्या.

कॅन्सरच्या अवघड वाटेवरून जाताना तुम्हाला कोणीतरी मार्गदर्शन करावं लागतं. मग हा मार्गदर्शक कदाचित तुमचा एखादा मित्रही असेल किंवा तुमचा डॉक्टर; अगदी रिसेप्शनिस्टसुद्धा! पुढचे दोन आठवडे मी डॉनाचा हात धरून पार केले. मी मळमळीवरची औषधं बंद करावीत, असं त्यांनी मला सांगितलं.

असा त्रास कमी करणारा कोणीतरी तज्ज्ञ मार्सडेनमध्ये असणार, याची त्यांना खात्री होती आणि त्यांनी डॉ. जूलिया रिले यांच्याशी माझी ओळख करून दिली. रिले यांनी माझ्या मळमळण्याचा ताबा घेतला. केवळ जरुरीप्रमाणे औषध माझ्या शिरेत पम्प करणारं यंत्र त्यांनी मला दिलं.

आणि या सगळ्या दिव्यातून मी कसाबसा बाहेर पडलो.

एक छोटीशी होडी

ज्या दिवशी माझी केमोथेरपी संपली त्याच दिवशी, गेल आणि मी सेंट पॅन्क्रास स्टेशनवर जाऊन धडकलो. तिथून 'युरोस्टार' (लंडनला– पॅरिस आणि ब्रसेल्सशी जोडणारी अतिजलद रेल्वे) पकडून आम्ही प्रवासाला निघणार होतो. मला विमानप्रवास झेपला नसता म्हणून हा खटाटोप! पॅरिसला गाडी बदलून आम्ही एका खडखडत जाणाऱ्या छोट्या गाडीने रात्रीचा प्रवास करत सकाळीच व्हेनिसला पोहोचलो. अन्ननलिकेच्या कॅन्सरचे उपचार मी पूर्ण केले होते. लख्ख सूर्यप्रकाश पडला होता आणि मी एका नव्या आयुष्याच्या उंबरठ्यावर उभा होतो.

कॅन्सरचं निदान झाल्यानंतर चक्रं वेगाने फिरू लागतात. उपचारांना लवकर लवकर सुरुवात होते; त्यामुळे तुमच्यापुढे लगेच एक निश्चित ध्येय असतं. कॅन्सरवर मात, हा या खेळाचा शेवट डोळ्यांसमोर ठेवून तुम्ही मैदानात उतरता; पण उपचार संपताच ध्येय नष्ट होऊन तुमच्यासमोर पोकळी निर्माण होते. अचानक आपण एकाकी आहोत असं वाटू लागतं.

माझ्या मनातल्या परस्परविरोधी भावना मला नीट आठवत आहेत– ऑपरेशन आणि केमोथेरपी व्यवस्थित पार पडल्याचा आनंद आणि त्याचबरोबर भविष्याच्या अनिश्चिततेमुळे काळजी. भल्या मोठ्या सागरात असलेल्या एका छोट्याशा होडीत मी बसलोय असं मला वाटलं. अर्थात या परिस्थितीतही तुम्हाला सांभाळून घेणारे लोक असतातच. मार्सडेनमध्ये तर खास याच्यासाठी एक छोटी टीम आहे; पण तरी शेवटी तुम्ही एकटेच असता हेच खरं!

कॅन्सरचं पुनरागमन होईल, हा भीतीचा मुख्य भाग. या प्रकारचा कॅन्सर पुन्हा होण्याची शक्यता पहिल्या दोन वर्षांत सर्वाधिक असते. जास्तीतजास्त केसेस साधारण एका वर्षानं दिसतात. दोन वर्षांचा टप्पा जर तुम्ही पार केलात, तर तुम्ही

पाच वर्षं जगण्याची शक्यता खूप असते आणि जर तुम्ही कॅन्सरशिवाय पाच वर्षं काढलीत; तर तुम्ही कॅन्सरमुक्त झालात असं मानायला हरकत नसते.

ही माहिती आलेखाच्या स्वरूपात माझ्या डॉक्टरांनी असंख्य वेळा माझ्यापुढे मांडली आहे. कॅन्सरच्या पुनरागमनाचा उंच सुळका आणि दोन वर्षं सहीसलामत घालवण्याचं उद्दिष्ट ठेवायचं. ऐकायला ठीक वाटतं; पण प्रत्यक्षात दोन वर्षं म्हणजे अनंत काळ वाटतो.

माझे उपचार संपण्याच्या थोडं आधी मी डेव्हिड कनिंगहॅमना भेटलो. पुढच्या काळाबद्दल चर्चा केली. मी हॉस्पिटलमधून बाहेर पडल्यावर माझ्या दैनंदिन आयुष्याला सुरुवात करायची, असा त्यांच्या सल्ल्याचा सारांश होता. कॅन्सर परत येत नाही ना, हे पडताळून पाहण्यासाठी ठरावीक अंतराने सी.टी. स्कॅन करायचे एवढंच! पहिले दोन स्कॅन अनुक्रमे सप्टेंबर आणि डिसेंबरमध्ये करायचे. त्यानंतर दर सहा महिन्यांनी एक, असं करत राहायचं.

स्कॅन करण्यात काहीच त्रासदायक नसतं. 'त्यात काय दिसलं' हे कळेपर्यंत मात्र ब्रह्मांड आठवतं. हे सुकर होण्याचा काहीही मार्ग नसतो. डेव्हिडना भेटायची वेळ अगोदर ठरवलेली असे. त्याच्या कितीतरी आधीच गेल आणि मी तिथं जाऊन अस्वस्थपणे वाट पाहत असायचो. तुम्ही वेटिंग रूममध्ये प्रवेश करता तो क्षण सगळ्यात वाईट असतो. इतर पेशंट्सना अभिवादन करता करता त्यांच्या चेहऱ्यावरचे सूक्ष्म भाव तुम्ही टिपत असता. त्यांच्या देहबोलीवरून त्यांच्या भवितव्याची तुम्ही कल्पना करू लागता. हे सगळं अगदी कळायच्या आत घडतं आणि हे घडत असताना तुम्ही स्वप्नवत् अवस्थेतच असता.

तुमचा रिपोर्ट जर चांगला असेल, तर लगेचच तुम्हाला तसं सांगितलं जातं; पण जर रिपोर्ट वाईट असेल तर डॉक्टर तुमच्या एकूण तब्येतीविषयी बोलू लागतात; मग थातुरमातुर काहीतरी सांगून एक 'पण' मध्ये घालतात. हा 'पण' शांत ठिकाणी एखादा स्फोट व्हावा असा भासतो. या एका शब्दाबद्दल गेलला प्रचंड राग होता.

अपेक्षेप्रमाणे सप्टेंबरचा स्कॅन नॉर्मल होता. डिसेंबरमध्येही सारं काही ठीक होतं. आता मी जरा रिलॅक्स होऊ लागलो. जूनमधला पुढचा स्कॅन महत्त्वाचा आहे असं डेव्हिडनं सूचित केलं होतं. यावेळी रिपोर्ट मिळण्यापूर्वी आम्ही खूपच अस्वस्थ होतो; पण हाही रिपोर्ट ठीक होता.

आता पुढचा मुक्काम डिसेंबर २००९– दोन वर्षांच्या महत्त्वाच्या टप्प्यावरचा स्कॅन; म्हणजेच कॅन्सरमुक्तीचं महाद्वार. यावेळी मला राहावलं नाही. मी वेळेअगोदरच डेव्हिडच्या खोलीबाहेर उभा राहून कानोसा घेत होतो. 'फिलिपचे सर्व रिपोर्ट्स चांगले आहेत' असे शब्द माझ्या कानावर पडले.

मी ही बातमी तेव्हा गेलला सांगितलीच नाही– उगाच अपशकुन नको व्हायला; पण मग अर्थात आमचा नंबर आल्यावर आम्ही दोघंही आत गेलो डेव्हिडही खूपच आशावादी होते. मला लॉटरी लागल्यासारखा आनंद झाला. मी कॅन्सरमुक्त (क्युअर) झालोय असं डेव्हिड म्हणाले नाहीत; पण त्या मार्गावर आता मी व्यवस्थित प्रवास करतोय असं त्यांना नक्की वाटत होतं.

'आता एक वर्ष मला भेटायला यायची गरज नाही' असा निर्वाळा त्यांनी दिला. तरीही, 'मी सहा महिन्यांनीच येईन' असं मी त्यांना म्हणालो. एकतर मला खबरदारी घ्यायची होती, शिवाय सहा महिन्यांचे नॉर्मल रिपोर्ट मला 'शुभ' वाटत होते. त्या थंडीच्या संध्याकाळी गेल आणि मी हॉस्पिटलमधून विजयी भावनेनं बाहेर पडलो. आम्ही बाजी मारली होती. आम्ही दोन वर्षांचा महत्त्वाचा टप्पा पार केला होता. आता आकडेवारी माझ्या बाजूने होती. सारं काही आता ठीक असणार होतं.

मी नव्या जोमानं जगू लागलो. काही दिवसांतच काही मीटिंग्जसाठी मी अमेरिकेला रवाना झालो– जरा जास्तच लवकर. ख्रिसमसची सुटी मी जमायकात मस्त घालवली होती. भरपूर ऊन, छान वाऱ्यात माझी तब्येत सुधारली. मी स्वतःला कामात झोकून दिलं. फ्रॉइड कम्युनिकेशन्समधल्या माझ्या ऑफिसात जाऊ लागलो. दुसरीकडे राजकारण होतंच. माझी गाडी व्यवस्थित रुळावर आणण्याचा माझा निर्धार होता.

माझ्या दिनचर्येत मी काही बदल केले. दररोज सकाळी व्यायाम आणि दिवसभरात एकदा मेडिटेशन. अगोदर 'अध्यात्म' हा काही माझा प्रांत नव्हता; पण आता मी ठामपणे धार्मिक बनलो. दोन महिने काही वर्ग घेऊन मी चर्च ऑफ इंग्लंडमध्ये अधिकृत प्रवेश केला. ऑल सेन्ट्स मार्गारेट स्ट्रीट माझ्यासाठी अभय देणारं स्थान झालं. बर्कबेक, युनिव्हर्सिटी ऑफ लंडनमध्ये मी तत्त्वज्ञानाचा एक अभ्यासक्रमही पूर्ण केला.

माझं काम जोरात चालू होतं. वारंवार अमेरिकेचे दौरे होत होते. काम तर माझ्या आवडीचं असल्यानं मी समाधानी होतो. कॅन्सरचा अनुभवही माझ्या पाठीशी होताच; पण वर्ष संपत आलं तेव्हा मी कामाचा अतिरेक करतोय असं माझ्या लक्षात आलं.

२०१० साली आमच्या लग्नाचा पंचविसावा वाढदिवस होता. हा ख्रिसमस आम्ही दक्षिण केरळमध्ये– आमच्या मधुचंद्राच्या ठिकाणी– घालवला. एका स्थानिक गुरूबरोबर मी दिवसातून दोन वेळा मेडिटेशन केलं. शहराचे वारे न लागलेल्या तिथल्या आश्रमांना भेटी दिल्या. माझं मन शांत होत गेलं; पण हे फार काळ टिकणार नव्हतं. जनरल इलेक्शन्स जवळ आली होती आणि मला त्यात निश्चितच काम करायचं होतं. माझ्यासारख्या लोकांनी पार्टीसाठी सर्वस्व देण्याची हीच वेळ होती.

गेलची चिंता वाढत होती. तिच्या मते राजकारणातल्या माझ्या सहभागामुळेच मी कॅन्सर ओढवून घेतला होता. कॅन्सरचं निदान झालं तेव्हा माझ्यात जो अशक्तपणा आणि थकवा तिनं पाहिला होता, तसाच आता माझ्यात असल्याचं तिच्या लक्षात आलं. मी एवढं वेड्यासारखं काम करू नये अशी याचना तिनं चिठ्ठी लिहून मला केली– 'तू असा स्वत:चा नाश करतोस हे मला पाहवत नाही. आपल्या तब्येतीपुढे कुठलीही गोष्ट महत्त्वाची नाही आणि या सगळ्याच्या मुळाशी राजकारण ही एक विनाशकारी शक्ती आहे. याच राजकारणानं एकदा तुझा जवळजवळ बळी घेतलेला आहे. कृपा करून त्याला पुन्हा संधी देऊ नकोस.'

माझ्याबद्दल आणि माझ्या तब्येतीबद्दल गेलला एक 'सिक्स्थ सेन्स' आहे. माझं जरा काही बिनसलं की ते लगेच तिच्या लक्षात येतं. माझ्या कॅन्सरशी संबंधित जे जे तिला वाटलं होतं, ते ते खरं निघत होतं. असं वाटणारी ती एकटी नव्हती. याच सुमारास ग्रेसनंही अशा आशयाचा एसएमएस मला पाठविला - ''थांबा ! तुम्ही वेड्यासारखे वागताय. तुम्ही विश्रांती घेणं आवश्यक आहे. तुम्ही आजारी असताना आईनं तुमच्यासाठी केवढं केलंय, हे लक्षात घेऊन निदान आता तरी तिच्यावर एवढा ताण येऊ देऊ नका. तिच्यावर तो अन्याय ठरेल. राजकारणातून अंग काढायला तुमच्यापाशी सबळ सबबही आहे. हे मी तुम्हाला 'पोट'तिडकीनं सांगतेय (होय! माझी विनोदबुद्धी शाबूत आहे.)''

नक्कीच माझं काहीतरी चुकत होतं.

प्रत्यक्षात आमच्या लग्नाच्या पंचविसाव्या वाढदिवसाकरिता आम्ही जॉर्डनला गेलो. फार छान झाली ही ट्रिप! पण तिथे असतानासुद्धा मी निवडणूक प्रचारासंबंधी बातमीपत्रांचे मसुदे निवडणूक मुख्यालयाकडे पाठवतच राहिलो. अर्थात, गेल आसपास नाही याची मी खात्री करत असे!

इंग्लंडला घरी परतल्यावर मी तब्येतीला कमीतकमी त्रास होईल, पण माझं काम उपयुक्त ठरेल अशा प्रकारे निवडणुकीसाठी काम करू लागलो. राजकारण म्हणजे माझा जीव की प्राण; त्यामुळे हा मेळ साधणं अवघड जात होतं. 'माझ्या लेबर पार्टीला मी हरू देणार नाही' अशी जिद्द माझ्यात होती; पण खरं सांगायचं तर मी थकलो होतो आणि माझं योगदान नावापुरतचं होतं.

निवडणुकीच्या मध्यास एका भाषणाकरिता मी पुन्हा अमेरिकेला गेलो. त्यावेळी अचानक आसमंतात ज्वालामुखीची राख पसरल्यामुळे जगात बऱ्याच ठिकाणी विमानउड्डाणं अशक्य झाली. अॅटलॅन्टिकच्या दुसऱ्या बाजूला अडकून पडल्यामुळे माझी चिडचिड झाली. हे मला काहीसं अपमानस्पदही वाटलं; पण यामुळे विश्रांती घेणं आणि माझ्या परिस्थितीचा आढावा घेणं मला भाग पडलं. एक प्रकारे मला

माझी जीवनशैली बदलण्याकरिता मिळालेला संदेशच होता हा; पण हे करायला मला जरा उशीरच झाला होता.

अखेर मी मायदेशी परतलो. निवडणूक आली आणि गेली. माझं वजन गेल्या काही महिन्यांत कमी झाल्याचं माझ्या नव्यानं लक्षात आलं. अन्न घेणंही मला खूप अवघड जात होतं. मी मार्सडेनमधल्या कॅझ मॉखलिंस्कीना फोन केला. ते अन्ननलिकेच्या आणि आतड्याच्या कॅन्सरमधले तज्ज्ञ आहेत, शिवाय माझ्या आधारस्तंभांपैकी एक.

त्यांच्या सल्ल्यानुसार मी ताबडतोब सी.टी. स्कॅन करून घेतला. तो नॉर्मल निघाल्यानं मी रिलॅक्स झालो; पण जेव्हां मी डेव्हिड कनिंगहॅमना भेटलो तेव्हा ते मला अस्वस्थ वाटले. रेडिऑलॉजिस्टने 'नॉर्मल रिपोर्ट' म्हणून सही केली होती खरी, पण डेव्हिडच्या चेहऱ्यावर स्पष्टपणे चिंता दिसत होती. स्क्रीनवर एकीकडं माझा जूनमधला स्कॅन होता; शेजारी आत्ताचा. बराच काळ ते या स्क्रीनकडं टक लावून बघत होते. त्यांना कॅन्सर दिसत नव्हता; पण मी आणखी काही तपासण्या कराव्यात, असं त्यांचं मत पडलं.

माझा 'पेट' स्कॅन करण्यात आला. पाठोपाठ डॉ. बेन्सननं एन्डोस्कोपी केली. यात कॅन्सर दिसणार नाही अशी त्यांना खात्री होती.

दिलेलं गुंगीचं औषध उतरलं, तेव्हा सारं काही बदलून गेलं होतं.

डॉ. बेन्सनना एन्डोस्कोपीदरम्यान काहीतरी संशयास्पद दिसलं होतं; पण तो ट्युमर होता की नाही हे त्यांना सांगता येत नव्हतं; पण त्यांच्या मते कॅन्सरचं पुनरागमन झालं होतं. त्यांनी खात्री करण्यासाठी संशयास्पद भागाचा तुकडा तपासण्यासाठी काढून घेतला होता.

दोन दिवसांनी, म्हणजे ९ जूनला कॅझचा फोन आला. बायॉप्सीत कॅन्सरच्या पेशी आढळल्या होत्या. नेहमीप्रमाणेच ते सकारात्मक वाटले. लवकरात लवकर ऑपरेशन करून त्यांचा नायनाट करता येईल, असं काहीसं ते म्हणाले; पण मला मनोमन कळून चुकलं की एक अदृश्य सीमारेषा पार करून मी पलीकडं, एका जास्त धोकादायक प्रदेशात प्रवेश केला आहे.

बहुतेक वेळा मी एखादी वाईट बातमी ऐकली, तरी माझं मन खूप शांत असतं. ही बातमीसुद्धा अशीच शांतपणे मी स्वीकारली. मी वाईट गोष्ट ऐकून न ऐकल्यासारखं करतो आणि माझं मन या सगळ्यातून काहीतरी सकारात्मक मार्ग शोधत असतं; पण यावेळी मला जास्त अवघड गेलं. मी तसा खचलो नव्हतो. मात्र, सुन्न झालो होतो.

डेव्हिड कनिंगहॅमनं फोन केला. माझा कॅन्सर ज्या प्रकारचा होता, मी जी

ट्रीटमेंट घेतली होती त्यानंतर आजाराचं असं पुनरागमन त्यांना अजिबात अपेक्षित नव्हतं. दोन वर्षांच्या कालावधीनंतर तर नाहीच नाही. माझ्याबरोबर शेवटपर्यंत खांद्याला खांदा लावून लढायचं आश्वासन त्यांनी मला दिलं. या फोनवरच्या संभाषणातून मला डेव्हिड ही किती जबरदस्त व्यक्ती आहे हे समजलं. त्यांनी माझा मूड पार बदलून टाकला. न्यू यॉर्कहून मरे ब्रेननंही फोन केला. त्यांनादेखील हे अनपेक्षित होतं; पण डॉक्टरांना अपेक्षित असो वा नसो, कॅन्सर पहिल्यांदा आढळल्यापासून दोन वर्षं, चार महिन्यांनी तो पुन्हा धडकला होता ही वस्तुस्थिती होती.

कॅन्सरचं सुरुवातीचं निदान आणि 'रिकरन्स' या अगदी भिन्न गोष्टी आहेत. पहिल्यांदा कॅन्सर झाल्याचं कळल्यावर 'मी लढेन आणि जिंकेन' हा माझ्या मनात ताबडतोब आलेला विचार. अंधाऱ्या वाटेवरून मी प्रकाशाकडं जातोय असं मला वाटलं होतं; पण रिकरन्स झाल्याचं कळल्यावर माझ्या मनात वेगळी प्रतिक्रिया उमटली– माझ्या समोरचा मार्गच कोलमडला होता आणि माझ्या हातात काहीही नव्हतं. टी.व्ही. अचानक बंद झाल्यावर जसं वाटतं, तसं मला वाटलं.

माझ्या मेंदूत आणि भावनांमध्ये काहीतरी बिघाड असल्यासारखं मला वाटू लागलं. आणि एकापाठोपाठ एक चाचण्यांचे निकाल जसे वाईट येत गेले, तसा हा विचार बळावू लागला. माझ्या आयुष्याचा 'डी.एन.ए' डोळ्यांसमोर उलगडला जातोय असा मला भास झाला. मला लढायची, लढून जिंकायची, आशावादी राहून त्याची फळं उपभोगायची सवय होती; पण हे सगळं अगदी याच्या विरुद्ध घडत होतं. लढण्याबद्दल मी ठाम होतो; पण कसा?

१० जूनला आम्ही सटनमधल्या 'द रॉयल मार्सडेन'मध्ये जाऊन डेव्हिड कनिंगहॅमची भेट घेतली. दोन दिवसांपूर्वी केलेला 'पेट' स्कॅन पाहून ते चिंतातुर झाले होते. कॅन्सरची गाठ मोठी होती आणि भराभर वाढत होती. लवकरात लवकर काहीतरी करणं भाग होतं.

हे भलतंच काहीतरी होतं. मला वाटलं होतं की, दोन-चार कॅन्सर पेशी माझ्या अन्ननलिकेत इकडे-तिकडे भटकत असतील; पण इथे तर एक बेलगाम राक्षसी ट्यूमर माझा जीव घ्यायला निघाला होता. डेव्हिडनं उपचारांचा एक ढोबळ आराखडा मला सुचवला. आधी केमोथेरपी, मग ऑपरेशन, पुन्हा केमोथेरपी आणि शेवटी रेडिएशन!

माझी खरी परिस्थिती मला स्पष्ट दिसली– मला सगळ्या चक्रातून पुन्हा एकदा जावं लागणार होतं; पण डेव्हिडनं अलगदपणे सुचविल्याप्रमाणे यावेळचं ऑपरेशन अगदी टोकाचं असणार होतं. केमो आणि रेडिएशनही होतंच आणि मुख्य म्हणजे

यातून मी जगण्याची शक्यता खूपच कमी होती.

पहिल्या खेपेला मोठं ऑपरेशन करायचं मी टाळलं होतं; पण आता माझी शक्ती कमी झालेली असतानाच मला या कठीण ऑपरेशनला सामोरं जावं लागणार होतं. सुरुवातीला कचखाऊ धोरण स्वीकारल्याबद्दल देव मला ही शिक्षा देत होता की काय?

डेव्हिडनं सुचवलेला उपचाराचा आराखडा म्हणजे प्रस्थापित मार्ग नव्हता; थोडाफार 'अंदाजपंचे' मामलाच होता. त्यांनी आराखडा एका कागदाच्या तुकड्यावर लिहिला हाच काय तो औपचारिक भाग. आम्ही सगळे अंधारात चाचपडत होतो हेच खरं. कॅन्सर शरीरात इतरत्र पसरला असता, तर फारशी सुधारणा होण्यासारखी नव्हती. केमोथेरपीने गाठीचा आकार कमी झाला नसता, तर ऑपरेशन अतिशय अवघड गेलं असतं, नव्हे अशक्यही झालं असतं.

एवढं असूनही डेव्हिडनं मला आशेला लावलं. मलाही आशेचा आधार हवा होता. या जोरावर पुढची वाट अस्पष्ट का होईना, दिसू लागली होती.

आमच्यापाशी फार वेळ नव्हता. आज गुरुवार होता. मंगळवारपासून केमोथेरपी सुरू करायची होती. काहीही करून कॅन्सरची घोडदौड रोखायची होती.

यावेळी केमोची औषधयोजना (प्रोटोकॉल) थोडी वेगळी होती. आधीच्या औषधांना कॅन्सर दाद देणार नाही, ही भीती डेव्हिडच्या मनात होती. अन्न गिळणं जर मला सुलभ होत गेलं, तर कॅन्सरची गाठ लहान होतेय असं आम्ही मानू शकलो असतो. केमोने गाठ विरघळवून टाकणं हे उद्दिष्ट होतं.

मला डेव्हिड ज्या प्रकारे हे सगळं समजावून सांगत होते, त्यावरून ते स्वत: किती काळजीत आहेत हे मला जाणवलं. हॉस्पिटलमध्ये कोणालाही काही विचारलं की माझ्या गिळण्यासंबंधी चौकशी केली जायची. माझा गिळण्याचा त्रास तर वाढतच होता. आता मला माझ्या घशात खोलवर गाठीचं अस्तित्व जाणवू लागलं होतं. तिची वाढही जाणवत होती. वेदनाही वाढतच होत्या.

दोन सेशन्सनंतर डेव्हिडनं केमो थांबवून 'पेट' स्कॅन करून घेतला. मी डेव्हिडना भेटावं असा फोन कॅझनं केला. काहीतरी गडबड आहे हे माझ्या लक्षात आलं. गाठीचा आकार किंचितही लहान झाला नव्हता. काही हरकत नाही असं एकीकडे म्हणत त्यांनी अगदी पहिल्या वेळचा, म्हणजे 'ई.ओ.एक्स.' प्रोटोकॉल सुरू करायचं ठरवलं. या प्रोटोकॉलच्या एका सेशननंतरच परत पेट स्कॅन केला गेला. यातही गाठीच्या आकारात काहीच फरक पडला नसल्याचं आढळलं. मलाही गिळण्यामध्ये काहीच सुधारणा जाणवत नव्हती.

आता ऑपरेशनला पर्याय नाही असं डेव्हिड म्हणाले. ऑपरेशन करता येईल

की नाही, हा प्रश्नही होताच. वेळीच या कॅन्सरला आवरलं नाही, तर तो लवकरच माझ्यावर निर्णायक आक्रमण करेल, असं मला वाटलं.

मी टोनी ब्लेअरबरोबर रात्रीचं जेवण घेतलं. मी तसा डिप्रेस झालो नसलो तरी पुढचा मार्ग दिसत नव्हता. आपण हरवलो आहोत अशी भावना होत होती. हे सगळं का घडलं? पहिल्यांदा कॅन्सरचं निदान झालं ते मी समजू शकलो. इतरांना होतो तसा मलाही कॅन्सर झाला होता आणि जिद्दीनं व सर्व शक्तीनिशी मी झुंजलो होतो. आवश्यक त्या गोळ्या, विविध प्रकारचे उपचार; किंबहुना जे जे करणं अपेक्षित होतं, ते ते सगळं मी व्यवस्थित केलं होतं. दोन वर्षांचा महत्त्वाचा टप्पादेखील मी ओलांडला होता. मग असं का व्हावं?

क्षणभर थांबून टोनी म्हणाला, 'कॅन्सरचं तुझ्या शरीरातलं काम अजून अपूर्ण आहे. त्याला हाव सुटली आहे. तू स्वत:मध्ये खूप बदल घडवून आणले आहेस; पण ते पुरेसे नव्हते असं दिसतंय. तुला याहूनही वरची आध्यात्मिक पातळी गाठावी लागेल. या रिकरन्सच्या निमित्ताने तुझ्या आयुष्यातील खऱ्या हेतूचा (पर्पज) शोध तुला घ्यावा लागेल.'

टोनीचं म्हणणं बरोबर होतं. मला या सगळ्याचा अर्थ लावणं गरजेचं होतं. कॅन्सरमागे दडलेल्या सत्याला सामोरं जाणं भाग होतं.

दरम्यान, एका उपकथानकानं जन्म घेतला होता. मूळ ऑपरेशन नीट झालं असेल तर कॅन्सर अशा प्रकारे पुन्हा अवतरत नाही, अशी कुजबूज मार्सडेनमधली मंडळी करू लागली होती. मूळच्याच ठिकाणी कॅन्सर असा अनपेक्षितपणे येण्याचा पहिल्या ऑपरेशनशी काहीतरी संबंध असणार.

मरे ब्रेनन, गेल आणि माझ्यामध्ये 'कॉन्फरन्स कॉल'ची मी व्यवस्था केली. पहिल्या ऑपरेशनमध्ये काही त्रुटी असल्याची शक्यता मरे नेहमीच्या आत्मविश्वासाने फेटाळून लावेल, असा माझा अंदाज होता; पण त्यानं तसं काहीही केलं नाही. उलट, पहिल्या ऑपरेशनच्या वेळी बरगड्या तोडून मोठं ऑपरेशन न करण्याचा निर्णय कदाचित अयोग्य होता हे या माणसानं धीरानं मान्य केलं. त्यावेळी जठराचा पुरेसा भाग काढून न टाकल्यामुळे कॅन्सरच्या काही पेशी तिथं दबा धरून बसल्या असाव्यात, असा त्यांचा होरा होता. थोडक्यात, त्यांनी सुरी पुरेशी चालवली नव्हती. ऑपरेशन पुरेसं 'रॅडिकल' झालं नव्हतं.

मला त्याच्या प्रामाणिकपणाचं कौतुक वाटलं आणि हे सत्य मला बऱ्यापैकी पचवता आलं. गेलनं हळू, दबलेल्या आवाजात चीत्कार केला. यात दु:खापेक्षा अन्याय्य परिस्थितीवरचा राग अधिक होता.

गेल कुठलीही वाईट बातमी नीट स्वीकारू शकत नाही आणि एखादी टाळता

येण्यासारखी गोष्ट असेल तर नाहीच नाही. सारांश असा की, ब्रिटिश सर्जन्सनी दिलेला 'रॅडिकल' सर्जरीचा सल्लाच योग्य होता; पण पश्चातबुद्धी काय कामाची? त्यावेळी साधकबाधक विचार करून अमेरिकेला जायचा निर्णय मीच घेतला होता आणि आता परिणामांची जबाबदारी स्वीकारणं मला भाग होतं.

मी मरेना म्हणालोसुद्धा, की ते एक अत्यंत उत्तम सर्जन आहेत आणि कधीकधी अशा गोष्टी घडतात. त्याला कोणाचाच इलाज नसतो. हा थोर मनुष्य माझ्या पाठीशी शेवटपर्यंत उभा राहिला. मैदान सोडून त्यानं पलायन केलं नाही.

डेव्हिड कनिंगहॅम हार मानायला तयार नव्हते. त्यांनी न्यूकासलस्थित रॉयल व्हिक्टोरिया इन्फर्मरीच्या प्रा. माइक ग्रिफिनचं नाव सुचवलं. 'माइकनं नॉदर्न इसोफॅगो-गॅस्ट्रिक कॅन्सर युनिट'ची स्थापना केली होती. अन्ननलिकेच्या कॅन्सरकरिता केवळ इंग्लंडमधीलच नव्हे, तर संपूर्ण युरोपातलं हे सर्वांत मोठं केंद्र होतं. डेव्हिडच्या मते त्यावेळी माइक जगातला सर्वोत्तम इसोफॅजियल सर्जन होता आणि तो आपल्या कारकिर्दीच्या शिखरावर होता. ऑपरेशन करणं शक्य आहे की नाही हे माइक प्रामाणिकपणे आणि वस्तुनिष्ठ विचार करून सांगेल. लवकरात लवकर मी न्यूकासलला जावं, असं डेव्हिडचं म्हणणं पडलं.

मी मरे ब्रेननना फोन केला. त्यांनी दोन-चार वेळा माइकच्या युनिटला भेट दिली होती. माइक जगातला सर्वोत्तम सर्जन असल्याचा निर्वाळा मरेनंदेखील दिला किंबहुना पहिलं ऑपरेशन माइकनंच करायला हवं होतं, असं मरेना वाटलं आणि तसं न सुचवल्याबद्दल ते स्वत:ला दोष देत होते.

अर्थात मरेचा काहीही दोष नव्हता. एन.एच.एस.मधल्या आणि बाहेरच्या अनेक ज्येष्ठ मंडळींबरोबर वारंवार झालेल्या चर्चेत न्यूकासल किंवा माइक ग्रिफिनचा उल्लेखही कोणी केला नव्हता. पुढे केव्हातरी ॲलन मिलबर्नने (ॲलन 'लेबर'चा खासदार तर होताच, शिवाय माझा जिवलग मित्रही.) इंटरनेटवरून 'कॅन्सर पेशंट' आणि 'माइक ग्रिफिन' यांच्या संदर्भात काही माहिती उपलब्ध आहे का, हे तपासून पाहिलं. आश्चर्य म्हणजे त्याला काहीही मिळालं नाही. लंडनपुरतं बोलायचं झालं, तर माइकचं युनिट 'माहितीच्या काळ्या विवरात' असल्यासारखं होतं.

त्या रात्री मी माइकला फोन केला आणि लगेच माझ्या मनात त्यांच्याविषयी अढी निर्माण झाली. आतापर्यंतच्या डॉक्टरांशी झालेल्या संभाषणांमध्ये मला रिलॅक्स्ड आणि आपुलकीचं वातावरण जाणवलं होतं. शिवाय डॉक्टर-पेशंट एकाच 'पातळी'वर असणंही गृहीत धरलं गेलं होतं.

माइकना यातलं काहीही पटत नसावं. इथून पुढे ते सर्व निर्णय घेतील (मी नाही.) हे त्यांनी सुरुवातीलाच मला खडसावून सांगितलं. हे एन.एच.एस. हॉस्पिटल

आहे आणि ते 'इन-चार्ज' होते. ऑपरेशन करता येण्यासारखं आहे की नाही हे सांगायलाही ते तयार नव्हते. एक आठवडाभर माझ्या तपासण्या केल्या जातील आणि मग डॉक्टरांची टीम प्राप्त परिस्थितीतला सगळ्यात योग्य मार्ग ठरवील. माइकनं सरळ सगळी सूत्रं आपल्या हातात घेतली.

मला हे अजिबात रुचलं नाही. तपासणीत काहीही आढळलं तरी ऑपरेशन केलंच पाहिजे, असं माझं मत होतं आणि माझ्या आयुष्याचा ताबा मी दुसऱ्या कोणाच्याही हातात द्यायला तयार नव्हतो.

२१ सप्टेंबर २०१०. मी न्यूकासलला आलो. या वेळी प्रवासाचा शेवट खूप वेगळा होता. मागच्या वेळी मी न्यू यॉर्कच्या केनडी विमानतळावर उतरलो होतो. न्यूकासल सेन्ट्रल स्टेशन म्हणजे टिपिकल ब्रिटिश रेल्वे स्थानक- उंच उंच कमानी असलेली व्हिक्टोरियन इमारत.

टॅक्सी पकडून मी टाईन नदीच्या किनारी असलेल्या माझ्या हॉटेलमध्ये गेलो. इमारत भव्य पण जरा उदासवाणी होती. नव्यानं फुललेल्या न्यूकासल शहराचा उत्तम 'व्ह्यू' मात्र इथून मिळत होता. हे न्यू यॉर्क निश्चितच नव्हतं, पण या शहराचीही स्वत:ची काहीतरी जादू होती.

दुसऱ्या दिवशी पहाटेच मी दुसरी टॅक्सी घेऊन रॉयल व्हिक्टोरिया इन्फर्मरीत पोहोचलो. पावसाची भुरभुर होती. हे हॉस्पिटल सेन्ट जेम्स पार्कमध्ये असलेल्या न्यूकासल युनायटेड फुटबॉल स्टेडियमपासून अगदी हाकेच्या अंतरावर आहे.

एका आठवड्याकरिता इसोफॅजियल युनिटच्या जवळ असेल्या एका छोट्या वॉर्डात माझा मुक्काम होता. यात फक्त पाच खोल्या होत्या; त्यातल्या बऱ्याचशा रिकाम्याच होत्या. काही तपासण्या आणि बाकी वेळ अंथरुणात पडून राहणं एवढंच काम मला होतं. सर्व नर्सेस अत्यंत आपुलकीनं वागत होत्या.

माइक ग्रिफिन खोलीत शिरताच माझं त्यांच्याविषयीचं मत चूक असल्याचं माझ्या लक्षात आलं. त्यांनी ऑपरेशन थिएटरचाच पोशाख परिधान केला होता. त्यांच्या आत्मविश्वासपूर्ण व्यक्तिमत्त्वामुळे मला एकदम सुरक्षित वाटू लागलं. ते माझ्या पलंगावर बसले आणि त्यांनी थेट मुद्द्यालाच हात घातला. माझी स्थिती अत्यंत गंभीर असून केवळ ऑपरेशनच माझा बचाव करू शकणार होतं; पण ते करता येईल की नाही, याची काहीच शाश्वती नव्हती. तपासण्यांनंतर काय, हे ते एकटे ठरवणार नव्हते. तो निर्णय टीमचा असणार होता. त्यांच्यात मृदूपणा अजिबात नव्हता; पण यामुळेच मला दिलासाही मिळत होता.

फेटेस स्कूलमध्ये माइक आणि टोनी ब्लेअर शिकायला एकत्र होते. ब्लेअर आणि माझ्यातलं दीर्घकालीन साहचर्य माइकला पसंत नव्हतं. लेबर पार्टी, दक्षिण

इंग्लंडमधील लोक आणि खासगी वैद्यकीय सेवेबद्दल त्यांना प्रचंड अविश्वास वाटत असे; त्यामुळे माझ्यासारख्यांबद्दल त्यांना फारसा आदर वाटत नसावा. तरुणपणी माइक स्कॉटलंड संघातर्फे रग्बी खेळत असत. पुढे वैद्यकीय शिक्षण घेऊन झाल्यावर, अन्ननलिकेच्या कॅन्सरसाठी त्यांनी आपलं उभं आयुष्य खर्ची घालायचं ठरवलं होतं. इकडंतिकडं शोध घेतल्यावर न्यूकासलमध्ये युनिट सुरू करायचा निर्णय त्यांनी घेतला. अखेर हे युनिट इसोफॅजियल कॅन्सरकरिता काम करणारं जगातलं सर्वांत मोठं (आणि कदाचित सर्वोत्कृष्टही) केंद्र बनलं.

माइक दिवसाचे सातही दिवस काम करायचे. सकाळी साडेसहाला त्यांचा दिवस सुरू व्हायचा तो रात्री दहाच्या सुमारासच संपायचा. प्रत्येक पेशंटला ते दिवसातून दोनदा भेटत, कधीकधी जास्त वेळाही!

एक आठडाभर चाललेल्या चाचण्यांचा शेवट एन्डोस्कोपीनं झाला. स्वत: माइकनी ती केली. त्या संध्याकाळी ते मला भेटायला आले असताना मी त्यांचं मन काही अंशी तरी जिंकलंय असं मला वाटलं.

ऑपरेशनं करता न येण्यासारखं काहीही एन्डोस्कोपीमध्ये आढळलं नव्हतं. माझ्या दृष्टीनं हा अंधूकसा का होईना, पण हिरवा कंदील होता. आम्ही कॅन्सर, जीवन आणि विशेषत: माझा कॅन्सरसोबतचा प्रवास अशा विषयांवर गप्पा मारू लागलो.

मी बोलत असताना मध्येच त्यांनी मला थांबवलं. माझ्या नजरेला नजर देत ते म्हणाले, 'सुरुवातीलाच एन.एच.एस.मधून बाहेर पडणं ही तुझी घोडचूक होती.' मी जर तिथल्या डॉक्टर्सचा सल्ला मानला असता, तर आज मी या अवस्थेपर्यंत पोहोचलेच नसतो. माझी केस कशी वेगळी होती हे सांगायचा मी प्रयत्न केला; पण त्यांच्या दृष्टीनं ती बकवास होती. मी एन.एच.एस. सोडून मूर्खपणा केला होता; नव्हे स्वत:च्या पायावर धोंडा पाडून घेतला होता. एन.एच.एस.वर त्यांची पूर्ण श्रद्धा होती. वैयक्तिक पैशांच्या पलीकडे जाऊन लोकसेवा हे एन.एच.एस.चं धोरण आणि ध्येय असल्यामुळेच आज ती इतकी उच्च प्रतीची सेवा देऊ शकते, असं माइकना वाटत होतं.

विशेषत: कॅन्सरच्या उपचारांच्या संदर्भात खासगी वैद्यकीय व्यवसाय अयोग्य आहे, असं माइकचं म्हणणं होतं. त्यांचं म्हणणं जरी मला बरोबर वाटत नसलं तरी, त्यात थोडं तथ्य आहे हे निश्चित! लोकसेवा ही एन.एच.एस.ची प्रेरणा असल्यानंच लोकांना ती भावते.

माइक काही आडमुठे नव्हते. ते मरे ब्रेननना ओळखत होते आणि त्यांच्याबद्दल माइकच्या मनात आदराचीच भावना होती. स्लोन-केटरिंग हे एक उत्तम हॉस्पिटल

आहे असंच ते मानत; पण तरीही, आरोग्य सेवेच्या बाबतीत, 'प्रायव्हेट = वाईट' हेच समीकरण माइकना योग्य वाटत होतं.

त्यांची मतं माझ्या मतांच्या अगदी विरुद्ध टोकाची होती. त्यांना खासगी शाळा आणि शिक्षण पद्धती चांगली वाटायची; मला तसं वाटत नाही. उलट खासगी वैद्यकीय सेवेबद्दल मी उदारमतवादी आहे, माइक बरेचसे संकुचित होते. त्यांचे वडील एन.एच.एस.मध्ये नावाजलेले सर्जन होते आणि माझे आई-वडील सरकारी शिक्षक होते हे आमच्या विचारांमागचं कारण असू शकेल; पण मी एन.एच.एस.मध्ये उपचार घ्यायला हवे होते, हे त्यांचं मत बरोबर होतं. काश! मी त्या वेळी जॉर्जियाचं ऐकलं असतं तर...

दुसऱ्या दिवशी सकाळी गेल आली आणि आम्ही माइकची वाट पाहत थांबलो. मला काल रात्रीच्या बोलण्यानं थोडा हुरूप आला होता; पण एकापाठोपाठ एक आघात झेलून माझं मन कावरं-बावरं झालं होतं.

आल्या आल्याच 'ऑपरेशन शक्य आहे' असं माइकनं सांगितलं; पण ऑपरेशन यशस्वी झालं तरी, पुढची पाच वर्षं मी जिवंत राहायची शक्यता फक्त २५ टक्के होती. शिवाय ऑपरेशनच्या दरम्यान गाठ खूप मोठी असल्याचं दिसलं तर ऑपरेशन तिथंच थांबवावं लागलं असतं. असं घडण्याची शक्यता ३० टक्के होती. माझ्या दृष्टीने मी जिवंत असणं महत्त्वाचं होतं– नळी असो वा नसो.

अशा प्रकारचं दुसरं ऑपरेशन म्हणजे अनोळखी प्रदेशात प्रवेश करणं. ऑपरेशन किती अवघड ठरेल, ते झाल्यावर माझं आयुष्य कशा प्रकारचं असेल, याविषयी काहीच भाकीत करता येण्यासारखं नव्हतं.

आणि ऑपरेशन केलंच नाही तर मी किती जगलो असतो? 'सहा महिने ते एक वर्ष,' माइक म्हणाले. मला काय हवंय हे त्यांनी विचारलं. प्रश्न तसा वेडेपणाचा होता. अर्थातच मला ऑपरेशन करून घ्यायचं होतं. अनेक महिने चालू असलेल्या झगड्यातलं हे पुढचं पाऊल होतं. गळ्यात नळी घेऊन फिरायला मी तयार होतो. बस! मला जगायचं होतं. २६ ऑक्टोबर ही तारीख पक्की करून आम्ही घरी परतलो.

तोपर्यंतचा काळ मी जास्तीतजास्त चांगल्या प्रकारे घालवायचं ठरवलं. माझ्या दोन्ही मुलींबरोबर मी भरपूर वेळ घालवला; त्यांच्याबरोबर सहलींना गेलो. गेल आणि मी पुन्हा एकदा व्हेनिसला जाऊन आलो. यातला बराच काळ ग्रेस माझ्याबरोबर असल्यानं मला खूप बरं वाटलं. जॉर्जियादेखील आसपास असायची. माझ्या कुटुंबीयांना पुन्हा एकदा मी पत्रं लिहिली. तसंच व्हिकारना भेटून माझ्या अंत्यसंस्कारांबद्दल

एकवार पुन्हा बोलणी केली. यावेळी माझं मन अधिक दु:खी होतं. माझ्या कुटुंबाला, विशेषत: गेलला सोडून जाणं मला नकोसं वाटत होतं.

ऑपरेशनच्या अगोदरच्या शुक्रवारी टोनी मला भेटायला आला. (असाच पहिल्या ऑपरेशनच्या आधीही तो आला होता.) त्याच्या संग्रहात असलेली एक अमूल्य वस्तू त्यानं मला भेट म्हणून दिली– माउंट सिनाइमधली. सहाव्या शतकातली अंगठी. मला गहिवरून आलं; ती माझ्या हातून हरवेल अशी मला भीती वाटली.

२३ ऑक्टोबरला शनिवार होता. गेल आणि मी न्यूकासलला आलो. आमचा इथला फ्लॅट तसा आधुनिक होता. शहराच्या मध्यवर्ती भागात असल्यामुळे सभोवतालचं बरंच काही नजरेस पडायचं; शहरातले आवाज वरपर्यंत पोहोचायचे. न्यूकासलच्या पोरांना रात्री घराबाहेर पडून मौजमजा करायला फार आवडतं. पाऊस, वादळ, बर्फवृष्टी कशानेच या कार्यक्रमात खंड पडत नाही. शिवाय इथले लोक मैत्री करण्यास इतके उत्सुक असतात की, या जागेच्या प्रेमात न पडाल तरंच नवल!

त्या रात्री आम्हीही या मौजमजेत सहभागी झालो. आमच्यापेक्षा किमान चाळीसएक वर्षं लहान असलेल्या तरुणांबरोबर आम्ही जेवण घेतलं. जेवणानंतर, गार हवेत, पायीपायीच आमच्या फ्लॅटवर आलो. काही विद्यार्थ्यांनी चक्क फुटपाथवर पथाऱ्या टाकल्या होत्या!

ऑपरेशनच्या आदल्या रात्री शांत झोप लागण्याचं तंत्र आता मला अवगत झालं होतं. दुसऱ्या दिवशी ठीक नेमून दिलेल्या वेळी आम्ही वॉर्ड क्र.३६ या इसोफॅजियल युनिटमध्ये दाखल झालो. उगाच उशीर झाल्यामुळे ऑपरेशनमध्ये गडबड नको.

माझी खोली मध्यम आकाराची होती. तिथं टी.व्ही. होता. बाजूलाच शॉवर रूमही होती. एकापाठोपाठ एक डॉक्टर्स येऊन माझ्या चिंताजनक भविष्याविषयी बोलून गेले.

ही माइक ग्रिफिनची पद्धतच आहे– वाईट बातमीसुद्धा सरळसरळ, स्पष्ट शब्दांत सांगून टाकायची. आधी कॉनर गिलन हे उत्तम ॲनस्थेटिस्ट आले. चांगल्या वेदनाशमनाच्या दृष्टीने 'एपिड्युरल' देणार असल्याचं त्यांनी मला सांगितलं. हां, कदाचित ते नीटसं काम करणार नाही, हेही सांगितलं. रेचल ही स्पेशलिस्ट नर्स आली. मला वाटतंय त्यापेक्षा हा लढा अवघड ठरेल असं तिनं बजावलं. नंतर आय.सी.यू.मधला एकजण आला. आठवडाभर हाल आहेत म्हणाला. अन्न नाही आणि धड झोपही नाही.

दरम्यान, माइकही डोकावून गेले. तेही चिंतेत होते. कदाचित ऑपरेशन अर्धवट सोडणं भाग पडेल असं धमकावून गेले. मलाही हीच काळजी होती. मला पराभव अजिबात नको होता.

संध्याकाळपर्यंत मी पार थकून गेलो. मनही पोकळ असल्यासारखं वाटत होतं. गेलला तर सगळंच असह्य झालं होतं. एकदा शेवटचं येऊन माइकनं गेलला धीर दिला. ती घरी गेल्यावर मला आणखी एकाकी वाटू लागलं. सकाळ उजाडूच नये अशा विचारांत झोपही धड लागली नाही.

पहाटे सहाला गेल आली. कालच्या हताशपणाचा लवेलशही आज तिच्यात नव्हता आणि आमच्यात एक विचित्र, नवरा-बायकोचं भांडण सुरू झालं. नर्सनं पाणी न पिण्याबद्दल बजावून सांगितलं होतं. तरीही मी रात्री पाणी पीत राहिलो होतो. मी इतका कमालीचा मूर्खपणा करू शकतो, यावर गेलचा विश्वास बसत नव्हता. एक बरं झालं; या भांडणात आमचा एक तास निघून गेला.

माइक जसे आत्मविश्वासानं खोलीत शिरले, तसे आम्ही शांत झालो. शंकेचं सावट दूर झालं होतं. ऑपरेशन पूर्ण होणार, तेही अगदी व्यवस्थित!

सकाळी आठला ते मला न्यायला आले. दोन वर्षांमध्ये दुसऱ्यांदा मी गेलला सोडून एका मोठ्या ऑपरेशनसाठी निघालो होतो. ऑपरेशन थिएटरकडे जाताना मनात भीती आणि हुरूप अशा दोन्ही भावनांचं मिश्रण होतं. आता सुटका नव्हती. मला भीती वाटत असली तरी मी ठाम होतो.

गढूळ समुद्राच्या तळाशी

मुख्य ऑपरेशन थिएटरच्या जवळ असलेल्या 'प्री-सर्जरी' खोलीत मी शिरलो. ॲनस्थेटिस्ट कॉनर मला एपिड्युरल इंजेक्शन इथंच देणार होते. मी जरा नर्व्हस झालो. मन कितीही घट्ट केलं, तरी ऑपरेशनरूपी भरधाव गाडी माझ्या दिशेने येत असल्यासारखं मला वाटत होतं. आता काही क्षणांचाच अवकाश...

धैर्य म्हणजे नेमकं काय? अपरिहार्य परिस्थितीतही विचलित नं होणं याला धैर्य म्हणता येईल. फासे तुमच्याविरुद्ध पडले असतानाही कणखर असणं यालाही धैर्य म्हणायला हरकत नाही.

मी बारीक असल्यामुळे एपिड्युरल देणं कॉनरना थोडं अवघड गेलं. माझ्या नर्व्हस असण्याचाही कॉनरवर परिणाम झालाच. एकदा तर इंजेक्शनची सुई योग्य ठिकाणी न शिरता माझ्या बरगडीत शिरली. मला प्रचंड वेदना झाल्या. मी कोलमडायच्या आत कसंबसं इंजेक्शन पार पडलं आणि मग फक्त अंधार...

गेलच्या दृष्टीनेही ही कसोटी होती. माझी भूल उतरून मी शुद्धीवर येईपर्यंत चोवीस तास ती जीव मुठीत धरून ताटकळत बसली होती. आमच्या असंख्य मित्रांचे आणि हितचिंतकांचे फोन आणि मेसेजेस सुरू झाले. सगळ्यांनाच माझ्या प्रकृतीची काळजी होती. मला थिएटरमध्ये घेतल्यावर जसा एक-एक तास पुढे सरकत गेला, तसतसं ऑपरेशन पूर्ण होणार अशी खात्री वाटू लागली.

सुमारे पाच तासांनंतर गेल पाय मोकळे करायला बाहेर पडली. तोच तिला माइक भेटले. छोट्याशा विश्रांतीसाठी थिएटरमधून ते बाहेर आले होते. पोटाचं ऑपरेशन व्यवस्थित झाल्याचं त्यांनी सांगितलं. आता पुढची पायरी म्हणजे मला पालथं झोपवून, बरगड्या तोडून ऑपरेशनचा पुढचा टप्पा करायचा. आता ऑपरेशन अर्धवट सोडण्याचा मुद्दा निकालात निघाला होता.

आणखी पाच तासांनंतर माइक बाहेर आले. ऑपरेशन अवघड असलं तरी ते पूर्णपणे यशस्वी झाल्याचं त्यांनी गेलला सांगितलं. ती धावतच मला बघायला खोलीत शिरली. मी जेमतेम जिवंत वाटत होतो, असं म्हणाली. तिनं लगेच सर्वांना ई-मेल धाडली, 'माइकने चमत्कार केला आहे.'

ऑपरेशन खूप मोठं असल्यानं रात्रभर गुंगीचं औषध देऊन मला 'व्हेन्टिलेटर'वर ठेवलं होतं. रात्रभर डोळ्यांत तेल घालून माझ्यावर बारीक नजर ठेवणारी ती मंडळी पाहून गेल थक्क झाली. सहाच्या सुमारास मला उठवून बघायचं त्यांनी ठरवलं. मला जाग आली; पण न्यू यॉर्कपेक्षा हा अनुभव वेगळा होता.

तिकडं मी जागा झालो तेव्हा माझ्या चेहऱ्यावर प्रखर उजेड होता. मी सूर्याजवळ गेल्याचा भास तेव्हा झाला होता. इथं, मी गढूळ समुद्राच्या तळाशी होतो. दूरवर कुठेतरी प्रकाश होता– मंद आणि लाटांबरोबर हेलकावे खाणारा.

हळूहळू उजेड माझ्याजवळ आला आणि मला आवाज ऐकू येऊ लागले. शब्द जवळूनच कानावर पडले– 'ऑपरेशन पूर्णपणे यशस्वी झालंय. तू बाहेर आला आहेस.' क्षणार्धात मला शांत वाटू लागलं.

पाठोपाठ श्वासाकरिता बसवलेल्या नळीनं माझा घसा व्यापून गेल्याची जाणीव मला झाली. मला ठसका लागला. प्रत्येक वेळी खोकताना घशात असह्य वेदना जाणवत होत्या. वाढत्या खोकल्याबरोबर वेदनाही वाढत गेल्या.

अतिवेदनेमुळे माझ्या हृदयाचे ठोके एकदम वाढले. नळीमुळे गुदमरत असल्याची भावना होत होती. लवकरच मला अंधारी आली. हा काळ म्हणजे माझ्या आयुष्यातली सर्वांत अवघड परीक्षा आणि ही मी पास होईन असं मला वाटलं नाही.

पण मला एकाकी वाटत नव्हतं. उलट जगातल्या इतर लोकांच्या वेदनेशी माझं काहीतरी नातं असल्याची जाणीव मला झाली. मला अन्य पीडितांविषयी 'सहवेदना' वाटू लागली. मानवाच्या आंतरिक शक्तीची थोडीशी जाणीव झाली.

वेदना कमी होण्यासाठी जे जे करणं शक्य होतं ते मी करून पाहिलं. ध्यान लावून बघितलं; पण त्यानं काहीच उपयोग झाला नाही. प्रार्थना करायचा प्रयत्न केला; पण तेही धड जमलं नाही. वेदना आणि त्याबरोबरीनं भीती वाढली. मग मी गेलबद्दल विचार केला. ती जर दिवस-रात्र परिस्थितीला तोंड देतेय, तर मलाही जमेल.

एवढं पुरेसं ठरलं. श्वासाचं यंत्र (व्हेन्टिलेटर) काढून टाकेपर्यंत मी तग धरू शकलो. अवघड घटिका टळली होती. मी जेमतेम का होईना, पण एक महत्त्वाचा टप्पा ओलांडला होता.

गेल माझ्याजवळ आल्याचं मला अंधुकसं दिसलं. शरीरात जिथं जिथं शक्य

होतं तिथं तिथं नळ्या घातलेल्या होत्या. मला बोलता येत नव्हतं. गेल नर्व्हस होती, खूप दमलीही होती; तरीही उत्साहात होती. तिचं प्रेम मला जाणवत होतं. ती वारंवार एकच घोकत होती, 'तू यातून बाहेर आला आहेस.'

थोडी शांतता मिळावी म्हणून मी बोट वर केलं. गेलला वाटलं, मला काहीतरी हवंय. 'याला काहीतरी हवंय असं वाटतं' ती म्हणाली. नर्सेसही काय आहे ते बघायला माझ्या भोवती जमल्या. मी जरा हताश झालो. कोणालाच का कळत नाही? पण या 'घरगुती' तणावाचासुद्धा मला थोडा आधार वाटला.

हळूहळू नजरेतला धूसरपणा कमी होऊन मला अधिक स्पष्ट दिसू लागलं. मी भोवतालची जागा न्याहाळली. जिकडं-तिकडं वेगवेगळी यंत्रं, नळ्या आणि नर्सेस! त्या ठिकाणी एकूण बारा खाटा होत्या. मध्यभागी सर्वांवर देखरेख ठेवण्याकरिता वेगळी जागा होती. आय.सी.यू.मध्ये दिव्यांचा झगमगाट होता; पण माझ्याभोवती अंधाराचं वलय असल्यासारखं होतं. माझ्या शेजाऱ्यांपैकी काहीजण हळूहळू बरं होण्याच्या मार्गावर होते, तर काहीजण केवळ यंत्रांच्या आणि कुशल सेवकांमुळे जिवंत होते.

एका माणसाला गंभीर स्वरूपाचा न्यूमोनिया झाला होता. यातनांच्या गर्तेत तो अधांतरी पडला होता; ना बोलणं, ना हालचाल. एकाला अर्धांगाचा झटका आला होता. दिवस-रात्र त्याचं कण्हणं चालू असायचं. एकदा एकाला त्याच्या यातनांचा एवढा वीट आला की आपल्याला मरायचंय असं त्यानं सूचित केलं. त्याचा मित्र त्यांच्याजवळ बसून प्रार्थना करू लागला.

मी मानवी दुःख, वेदना, यातना इतक्या जवळून कधीच अनुभवलं नव्हतं. गेलवरही आजूबाजूच्या वातावरणाचा खूप परिणाम झाला होता. माणसाचा जीव केवळ एखाद्या धाग्यानं लटकत असतो. जी वाट तुम्हाला सुरक्षित वाटत असते तिच्यावर पदोपदी आघात व्हायची शक्यता असते असं तिला वाटलं. डॉक्टर्स आणि नर्सेसही याला अपवाद नव्हते. विशेषतः त्यांच्यातल्या तरुण मंडळींना मृत्यूच्या या सततच्या संपर्काला तोंड देणं मुश्कील जात होतं. 'या सगळ्याचा अर्थ काय?' 'याबद्दल काय करता येईल आणि ते करावं का?' अशा सगळ्या प्रश्नांबद्दल त्यांना बोलावंसं वाटायचं.

वॉर्डात मध्येच केव्हातरी आशेला पालवी फुटायची, तर काही क्षण रहस्यमय वाटायचे. आय.सी.यू.तल्या माझ्या वास्तव्याच्या दुसऱ्याच दिवशी एका पेशंटकडे त्याची बायको आणि बहीण आले. बहीण केस पिकलेली वृद्ध स्त्री होती. बायको मध्यवयीन आणि चैतन्यपूर्ण! अचानक तिनं खड्या आवाजात गायला सुरुवात केली. 'डॅनी बॉय' या १९१० साली लिहिल्या गेलेल्या सुंदर गाण्याचे मंत्रमुग्ध

करणारे सूर वॉर्डात पसरले. मग एक भन्नाट गोष्ट झाली. त्या खोलीतली प्रत्येक व्यक्ती पुतळ्यासारखी स्तब्ध झाली. सगळ्यांचा नजरा त्या गाणाऱ्या स्त्रीवर स्थिरावल्या होत्या. पाच, सहा गाणी होईपर्यंत सगळे असेच निश्चल, नि:शब्द उभे होते. काळाची पावलं अचानक थांबल्यासारखे हे क्षण सगळ्यांना एका वेगळ्या, अतीत पातळीवर घेऊन गेले.

कधीकधी विनोदी क्षणही येऊन गेले. हळूहळू माझ्या लघवीचं प्रमाण कमी होऊ लागलं. मी पाणी कमी पीत असल्यामुळे असं होतंय, असं डॉक्टरांना आधी वाटलं. हळूहळू खरं काय घडलंय हे त्यांच्या लक्षात आलं. (मला तर हा संशय अगोदरच आला होता.) लघवी बाहेर काढण्यासाठी घातलेली नळी (कॅथेटर) निकामी झाली होती. ही नळी काढून दुसरी घालण्याच्या कल्पनेनं माझ्या अंगावर काटा आला.

माझ्या भोवतालचे सर्व पडदे ओढले गेले. डॉक्टर मंडळींचा चमू माझ्याभोवती जमा झाला. माझा त्रास म्हणजे या प्रेक्षकांच्या दृष्टीने एखादा खेळ होता की काय? सर्जननं जुना कॅथेटर काढला तेव्हा बिलकूल दुखलं नाही. सगळं ठीकठाक होणार असं मला वाटत असतानाच एक मोठी पांढरी चादर आणण्यात आली. हिला मध्यभागी सुमारे एक इंचाचं भोक होतं. इतकं उघडं-नागडं असल्याचं मला यापूर्वी कधीही जाणवलं नव्हतं. नर्सनं एक यंत्र आणून तिथं माझं 'माप' घेतलं. 'आपल्याला लहान नळी लागेल नाही का? ते फार मोठं दिसत नाही' असं ती उद्‌गारली.

मी लाजेनं लालबुंद झालो. बघ्यांना डॉक्टरांनी जायला सांगितलं. फक्त सर्जन आणि मी उरलो. ती जागा बधिर करण्यासाठी त्यांनी हलक्या हातांनी एक इंजेक्शन दिलं आणि सराईतपणे, न दुखवता नवा कॅथेटर आत घातला. मला वाटलेली भीती अनाठायी होती हे जाणवण्याची ही पहिली वेळ नव्हती.

माझा बराचसा वेळ अर्धवट शुद्धीत असल्यासारखा जायचा. फारसं बोलता येत नव्हतं; पण ऐकू मात्र सगळं येत होतं. डॉक्टर्स आणि नर्सेसच्या दृष्टीनं 'पेशंटचे डोळे मिटलेले आहेत म्हणजे तो बेशुद्ध आहे,' असं साधं गणित असतं, हे माझ्या लक्षात आलं. जणू मी तिथं नाहीच अशा थाटात ही मंडळी वावरत होती. हे समजण्यासारखं असलं तरी पेशंटच्या दृष्टीनं त्याला अस्वस्थ करणारं असतं; पण मला ही परिस्थिती रंजकही वाटली. पहिल्याच दिवशी एक डॉक्टर आपल्या चमूसह आले आणि माझ्या ऑपरेशनबद्दल त्यांच्याशी बोलू लागले, मला शब्दन्‌शब्द स्पष्टपणे ऐकू येत होता. हा माणूस माझ्या शरीराचं, माझ्या कॅन्सरचं अतिशय चवीनं वर्णन करत होता. त्या एका क्षणात एका व्यक्तीमधून माझं रूपांतर एका वस्तूत झालं!

मला सांगितलेली एखादी गोष्ट आणि मी झोपलेला आहे असं वाटल्यावर त्याच गोष्टीविषयी काढलेले उद्‌गार यात जमीन-आसमानाचं अंतर असायचं. हा अनुभव मी वारंवार घेतला. एका क्षणी मी हवी तितकी वेदनाशामकं घ्यायला हरकत नाही असं ती नर्स मला म्हणाली. पण माझे डोळे मिटताच, ती सहकाऱ्याला म्हणाली, 'दुखण्याच्या बाबतीत हा जरा अतीच करतो. आपण जितकी वेदनाशामकं याला देऊ, तितकी त्याला हवीच असतील.'

हे तसं खरंही होतं म्हणा. मला एक ठरावीक पातळीची वेदना (ठुसठुस म्हणा) सतत जाणवत होती. मधूनच केव्हातरी खूप दुखायचं. हे मला अजिबात आवडायचं नाही. तुम्हाला हतबल करण्याची, निकामी करण्याची ताकद वेदनेत असते ही गोष्ट मला उमगली होती. हिचा सामना करणं किती अवघड असतं हेही मला नीट समजलं होतं. इथले टाईन नदीच्या आसपासचे लोक अतिशय कणखर म्हणून प्रसिद्ध आहेत. त्यांच्या तुलनेत मी दाक्षिणात्य– एक फुसका माणूस!

न्यू यॉर्कच्या वास्तव्याप्रमाणे इथं न्यूकासलमध्येदेखील, बिछान्यात माझी पोझिशन बदलणं हा सर्वांत क्लेशकारक प्रकार होता. जरा कूस बदलली तरी सर्वांगातून विजेच्या झटक्याप्रमाणे वेदनेची लहर जायची. कॅन्सरच्या कुठल्याही पैलूचं वैशिष्ट्य म्हणजे वास्तव हे कल्पनेपेक्षा सौम्य असतं. प्रत्येक वेळी तुमच्या भीतीवर तुम्ही मात केली की तुम्ही अधिक सक्षम बनता. तुमचं मनही अधिक कणखर बनतं. मी इतक्या धीरानं वेदनेचा सामाना करू शकेन यावर तीन वर्षांपूर्वी माझा विश्वास बसला नसता. अतिवेदना सहन करणाऱ्या कोणाहीबद्दल आता मला अधिक प्रकर्षाने सहवेदनेची भावना होते. खरोखरच कॅन्सर तुमच्यात असे बदल घडवून आणतो.

इथल्या युनिटमधल्या नर्सेस स्वमताग्रही होत्या. सतत बडबडत असायच्या. आर्थिक चणचण हा नेहमीचाच विषय! त्या सुमारास वेन रूनी या फुटबॉलपटूला मिळणारा गलेलठ्ठ पगार हा सगळीकडे चर्चेचा विषय झाला होता. पगारातील प्रचंड विषमतेमुळे सेवाभावी वृत्तीला तडा जाण्याची शक्यता मला स्पष्टपणे दिसत होती. या गोष्टीबद्दल कोणाला सहानुभूती वाटली नाही तरच नवल! या नर्सेस गंभीर आजारी असलेल्या पेशंट्ससोबत बारा-बारा तास ड्यूटी करायच्या. एवढं महत्त्वाचं काम करत असूनही त्यांना किती मिळायचे, तर वर्षाला सुमारे ३३,००० पौंड. हे कुठे आणि वेन रूनीचे आठवड्याचे १,८०,००० पौंड कुठे!

या ना त्या प्रकारे दिवसाचा वेळ निघून जायचा; पण रात्र नकोशी वाटायची. एकतर सोबतीला कोणी नाही. शिवाय झोपेची औषधं, गप्पा, दारू यांपैकी कशाचीच साथ नाही.

रात्री तुम्ही 'उघडे' असता. मनाला लपायला कुठलीही जागा नसते. अन्न देण्यासाठी माझ्या घशात एक नळी होती. नाकातून आणखी एक. चेहऱ्यावर ऑक्सिजन मास्क आणि ऑपरेशनच्या जागेत जमा होणारी द्रव्यं बाहेर काढण्यासाठी तिथंही 'ड्रेन' (एक प्रकारची पन्हाळी). सारं अंग ठणकायचं. हालचाल तर अजिबात नाही. रात्र झाली की, मला थोडंसं अर्ध आडवं-अर्ध बसल्याच्या अवस्थेत ठेवलं जाई. तासामागून तास जायचे, मध्येच तासभर झोप लागायची. शेवटी पहाट व्हायची आणि तिच्याबरोबर साडेपाचच्या चाचण्यांची फेरी.

पहिली रात्र अर्थातच सर्वांत वाईट गेली. क्षणभरही डोळा लागला नाही. हृदय धडधडत होतं आणि भीती तर काय, होतीच. यातून बाहेर पडण्याचं धैर्य आणि क्षमता माझ्यात नसेल हीच चिंता मला भेडसावत होती.

पहिल्या दोन रात्री या भीतीखेरीज आणखी एक तापदायक गोष्ट होती, मला सतत भास होत होते. अफूचं इंजेक्शन न घेताच ही गत होती. डोळे मिटले की चित्रविचित्र आकार, रचना (पॅटर्न्स) डोळ्यांसमोर तरंगू लागायचे. हे पॅटर्न्स पाण्यातल्या भोवऱ्याप्रमाणे फिरत असल्याने मी डोळे शक्यतो उघडेच ठेवत होतो. आधी हे पॅटर्न्स काळे होते, मग पांढरे झाले आणि शेवटी रंगीबेरंगी बनले. काहीही स्थिर नव्हतं.

'एपिड्यूरल' (मणक्यात देण्यात येणारं इंजेक्शन) नीट न जमल्यानं मी अफू घेऊ लागलो. यानं परिस्थिती आणखी बिघडली. भयावह स्वप्नांनी माझ्या मनावर ताबा मिळविला. ओरडून कोणाला हाक मारणं तर सोडाच, मी हलू शकत नव्हतो की बोलू शकत नव्हतो– माझी खाट सारखी इकडून तिकडे, वर-खाली हलत होती.

आजवरच्या आयुष्यात मी स्वतःच्या मनावर पूर्ण भरवसा ठेवून वागत आलो आहे; पण औषधं आणि अति दमणुकीनं इथं मात्र मनावर काहीच ताबा राहिला नाही. कालांतराने मी अफू घ्यायला नकार दिला. या मानसिक स्थितीपेक्षा शारीरिक वेदना परवडल्या.

दोन दिवस आय.सी.यू.मध्ये काढल्यावर माझी रवानगी पुन्हा एकदा वॉर्ड क्र.३६ मधल्या 'क्रिटिकल केअर युनिट'मध्ये झाली. तिथं मला स्वगृही आल्यासारखं वाटलं. सर्व नर्सेस मला नावाने ओळखत होत्या. थोड्याच वेळात मी तिथल्या दिनक्रमाला रुळून गेलो.

सकाळी साडेपाचच्या सुमारास नर्स मला उठवत असे. काही तपासण्या झाल्यावर मुक्काम खुर्चीत. पहिले काही दिवस अंघोळ घातल्यावर मी पार गळून जायचो. ही अवस्था लुईस आणि इतर फिजिओथेरपिस्ट येईपर्यंत टिकायची.

काही दिवसांतच मी हॉस्पिटलच्या व्हरांड्यात फेऱ्या मारू लागलो, अगदी न्यू यॉर्कमध्ये करायचो तसं; पण इथं एक फरक होता. इथं लोक एकमेकांकडं बघून हसायचे, त्रासातही थट्टा-मस्करी करायचा प्रयत्न करायचे. अस्सल ब्रिटिश वातावरण.

फिरून आल्यावर मी खाटेवर बसून थोडं वाचन करत असे. तासाला एक पान. मग गेलची वाट पाहात थांबायचं. सुरुवातीला आमच्यात हास्यविनोद चालायचे. मी जिवंत असल्याचा निखळ आनंद घेत होतो; पण नंतरच्या दिवसांत माझा मूड बदलला. माझा वेडेपणा ती सहन करायची; म्हणजे गेल संत असली पाहिजे.

संध्याकाळी पुन्हा थोडं वाचन आणि टी.व्ही. झोपेची वेळ जास्तीतजास्त पुढे ढकलण्याचा प्रयत्न मी करायचो. एक एक करत दिवस रेटत होतो. ॲलस्टेअर कॅम्पबेल येऊन भेटून गेला. त्याच्याबरोबर बी.बी.सी.वरचा समीक्षक आणि धावपटू ब्रेन्डन फॉस्टरही आला. ब्रेन्डन म्हणजे ईशान्य इंग्लंडच्या लोकांचं मूर्तिमंत उदाहरण– अतिशय उदार मनाचा आणि आपल्या प्रदेशाबद्दल सार्थ अभिमान बाळगणारा.

या भेटीच्या वेळी ॲलस्टेअर माइक ग्रिफिननाही भेटू इच्छित होता. हे जरा जपूनच करावं लागणार होतं. न्यू लेबर पार्टी आणि एकूणच राजकारणी लोकांच्या बातांबद्दल माइकचं मत फार काही चांगलं नव्हतं; पण जमून गेलं. सुरुवातीला दोन पैलवान जसे कुस्तीअगोदर खडाखडी करतात, तसे ते एकमेकांकडं काहीशा संशयानं बघत होते; पण लवकरच एकमेकांशी खेळांबद्दल आणि खेळाडूंबद्दलच्या शिळोप्याच्या गप्पा मारू लागले. अर्ध्याएक तासानंतर एकमेकांबद्दल खात्री वाटल्यावर ते चांगले दोस्त बनले. ग्रेस आणि ब्रेन्डन गालातल्या गालात हसत होते.

या हॉस्पिटलचा सगळा स्टाफ उत्तम होता. स्वत: माइक दिवसातून दोनदा डोकावून जायचे. सकाळी सात वाजता आणि संध्याकाळीही त्याच सुमारास; केवळ ते आल्यानं शांत वाटायचं. प्रत्येक पेशंटला ते आदरानं वागवायचे. अगदी शनिवार-रविवारीही हजेरी लावून जायचे.

त्यांचे पेशंट्स जरी यामुळे खूश असले, तरी त्यांच्या कुटुंबीयांना मात्र नक्की त्रास होत असणार. काम आणि उर्वरित जीवन यांच्यात समतोल साधणाऱ्यांमध्ये माइक नक्कीच बसले नसते. आपलं युनिट जगातलं सर्वोत्कृष्ट असणं आणि पेशंट्ससाठी जे जे करावं लागेल ते ते सर्व करण्याचा त्यांनी ध्यास घेतला होता. ते हट्टी होते आणि कुठलीही तडजोड त्यांना मान्य नव्हती. हा न वाकण्याचा बाणा हीच त्यांची ताकद होती.

माइकशी कुठल्याही विषयावर वाद घातला तरी तो दीर्घकाळ चालायचा आणि तुम्ही वादात जिंकलात असं कधीच तुम्हाला वाटायचं नाही. संध्याकाळच्या वेळी आम्ही राजकारण आणि मानवी जीवनाबद्दल तासन्तास गप्पा मारत असू.

नर्सेसचं वर्तन आणि कामही अत्यंत चोख होतं. सुरुवातीला नर्सेस म्हणजे

त्यांचा गणवेश आणि त्या प्रदेशातला विशिष्ट हेल काढून बोलण्याचा आवाज यांनी बनलेलं एक धूसर वास्तव, एवढंच मला जाणवायचं. हळूहळू एकएकीचा स्वभाव आणि त्यातले कंगोरे मला समजू लागले. बारा-बारा तास कोणी तुमच्या आसपास काम करत असेल, तर तुमची एकमेकांशी चांगली दोस्ती होणं स्वाभाविक आहे. सकाळी उत्साहानं कामाला लागणाऱ्या या बायका संध्याकाळपर्यंत थकून जायच्या. रोजच्या कामाची जबाबदारी आणि येणारा ताण त्यांच्यावर परिणाम करत असल्याचं मला कालांतराने जाणवलं. बारा तास पायांवर सतत उभं राहणं येऱ्यागबाळ्याचं काम नव्हे.

इथल्यापेक्षा चांगली सेवा, शुश्रूषा कुठेही असणं मला असंभव वाटतं. या युनिटमध्ये मला 'टीम' शब्दाचा खरा अर्थ अनुभवायला मिळाला. माइक जरी त्या सगळ्यांचा नेता असला तरी त्याच्याशिवायही सगळ्यांदरम्यान जबरदस्त ताळमेळ होता. गरज पडेल तेव्हा यातल्या प्रत्येकाची स्वतंत्र निर्णय आणि जबाबदारी घेण्याची तयारी होती. मी फारच प्रभावित झालो होतो.

काही दिवसांनी जॉर्जियानं गेलची जागा घेतली. तिला न्यूकासल शहर, हे हॉस्पिटल आणि माइक मनापासून आवडले होते. ती बाळगत असलेली नीतिमूल्यं तिला इथं प्रत्यक्षात उतरल्याचं दिसत होतं. तिला इथं कधीच परकं वाटलं नाही.

इतर पेशंट्सप्रमाणे मीही दिवस ढकलत होतो. ऑपरेशन आणि नंतरच्या सोपस्कारांमुळे वेदना आणि मृत्यू या दोहोंचं मला जवळून दर्शन घडलं. जेव्हा खऱ्या कसोटीचा क्षण येईल, तेव्हा माझी श्रद्धा मला तारून नेऊ शकणार नाही, असं मला जाणवलं. श्रद्धेने मला वाऱ्यावर सोडून दिलंय आणि मीदेखील तिच्याकडे दुर्लक्ष केलं अशी माझी भावना झाली. मी अतिशय वाईट अवस्थेत असतानाच स्थानिक चर्चनं एका धर्मगुरूला माझ्याकडे पाठवलं. आम्ही एकंदरीत श्रद्धा, शंका, वेदना अशा विषयांवर चर्चा केली. याचं फलरूप माझ्या श्रद्धेची जागा काहीशा अविश्वासानं घेतली. हे माझ्या खऱ्या स्वभावाला अनुसरून होतं.

दहा दिवसांनंतर मला स्वत:ची स्वतंत्र खोली मिळाली. मी पार गळून गेलो होतो. इन्टेन्सिव्ह केअर आणि इन्फेक्शस डिसीजेस अशा दोन्ही युनिटचे प्रमुख याचं नावही ॲलस्टेअर. माझी तब्येत खराब झाली आहे, हे माझ्याकडं पाहताक्षणीच त्यांच्या लक्षात आलं.

ॲलस्टेअरसुद्धा एन.एच.एस.मधल्या दिग्गजांपैकी एक! उत्तम विनोदबुद्धी लाभलेला हा माणूस, अतिशय गंभीर अवस्थेतल्या पेशंटचा मूड सुधारण्यात तरबेज होता. प्रस्थापिताला विरोध करण्यात आणि स्पष्टवक्तेपणाच्या बाबतीत हा माइकच्याही पुढे होता; लोकांमध्ये फारसा मिसळणारा नव्हता. माइकप्रमाणं हा देखील भल्या पहाटे कामाला लागायचा आणि उशिरापर्यंत काम करायचा. पेशंटच्या

खालीत मांजराच्या पावलांनी शिरायचा. पेशंट नेमका किती पाण्यात आहे, हे जोखण्याची जणू दैवी शक्तीच त्याला लाभलेली होती.

मला काहीतरी इन्फेक्शन झालंय हे त्याच्या लगेच लक्षात आलं. त्या शनिवारी मला व्हीलचेअरमध्ये बसवून ॲलस्टेअरनं स्वत: ती ढकलत मला एक्स-रे काढायला नेलं. शिवाय दिवसभर माझ्याबरोबर घालवला. दुपारपर्यंत तो ज्याच्या शोधात होता, ते त्याला सापडलं. माझ्या छातीत पाणी झालं होतं आणि आत नळी टाकून ते काढणं गरजेचं होतं.

छातीत नळी टाकणं हे ऐकायला भयानक वाटतं; पण प्रत्यक्षात तितकंसं भयानक नसतं. शिवाय ग्रेस माझ्याजवळ होती. तिनं माझा हात धरून ठेवला होता. अखेर इच्छितस्थळी नळी टाकण्यात आली आणि माझ्या छातीतून दोन लिटर पाणी निघालं. हे सगळं एक-दोन दिवसांत घडलं होतं. इन्फेक्शन ही गोष्ट महाभयानक ठरू शकते. आत धुमसत असलेल्याचं कधी वणव्यात रूपांतर होईल याचा भरवसा नाही. या इन्फेक्शनचं उच्चाटन करायला मला चार आठवडे प्रतिजैविकं (ॲन्टिबायॉटिक्स) घ्यावी लागली.

इन्फेक्शनचं अस्तित्व ॲलस्टेअरला इतक्या चट्कन समजणं ही गोष्ट जादुई होती. आजही मला त्याचा अचंबा वाटतो. यानंतर मी हॉस्पिटलमध्ये होतो तोपर्यंत दररोज न चुकता ॲलस्टेअर मला भेटून जात असे. आम्ही न्यूकासलमधलं जीवन, आमच्या मुली आणि त्याचं समुद्रकिनाऱ्यावर कुत्र्याला घेऊन तासन्‌तास फिरणं अशा विषयांवर गप्पा मारत असू. तो विचारी माणूस होता. अतिशय नम्रही. त्याच्या एकूण साधेपणावरून आणि वावरण्यातून तो हॉस्पिटलमधला इतका महत्त्वाचा माणूस असेल, असं कुणालाही वाटलं नसतं.

माइकच्या प्लॅनप्रमाणे, बरोबर तीन आठवड्यांनी मी हॉस्पिटल सोडलं. आता पुढचा महिनाभर न्यूकासलमध्ये घेतलेल्या फ्लॅटमध्ये आमचा मुक्काम असणार होता. बर्फाचा मोसम आला. रस्तोरस्ती फूटभर बर्फ जमा झालं. चालणं मुश्कील झालं; पण सगळा परिसर सुंदर दिसू लागला. ख्रिसमसची चाहूल लागली.

शरीरातून काढलेले भाग सूक्ष्मदर्शकाखाली काटेकोरपणे तपासले जातात. याला हिस्टॉलॉजी म्हणतात. डिसेंबरअखेरीस माझ्या हिस्टॉलॉजी रिपोर्ट्स संदर्भात मीटिंग होती. यात माझ्या भवितव्याबाबत अंदाज व्यक्त केला जाणार होता.

एकीकडं मी आशावादी होतो. एवढे सगळे उपचार घेतल्यावर मी आता ठीक झालो असणार. चाचण्यांच्या नजरेतनं कॅन्सरचं अस्तित्व आणि त्याचा पसारा कसा निसटू शकेल? पण मनाच्या एका कोपऱ्यात चिंतादेखील होती. राजकारणाप्रमाणेच,

वैद्यक क्षेत्रात चांगली बातमी वाऱ्यासारखी पसरते.

मीटिंगच्या काही दिवस आधीच रिपोर्ट तयार असणार. मग चांगली बातमी असती, तर एव्हाना माझ्यापर्यंत आली असती. असं काही घडलं नव्हतं.

एकूणच गेल आणि मी सुन्न मन:स्थितीत होतो, 'काय फरक पडतो?' असं वाटण्याइतपत आमची स्थिती झाली होती. गेले दोन महिने अतिशय क्लेशकारक होते आणि जीवन-मरण ठरवणारी ही जवळजवळ विसावी मीटिंग असेल!

अपूर्ण जीवन

आम्ही हॉस्पिटलमध्ये गेल्यावर माइकची डेप्युटी कन्सल्टन्ट सारा आम्हाला भेटली. ती बाहेरच पडत होती. ती नीट बोलली; पण आमच्यात 'अंतर' असल्याचा मला भास झाला. गोष्टी ठीक नसणार अशी मला कुणकुण लागली. मीटिंग एक तास उशिरा सुरू झाली हेही काही चांगलं लक्षण नव्हतं. आम्ही वेटिंग रूममध्ये बसून राहिलो.

क्लेअर नामक स्पेशलिस्ट नर्सबरोबर माइक आले. एकंदरीत मला कसं वाटतंय, खाणं-पिणं ठीक आहे ना, काही त्रास होतोय का, अशा ढोबळ विषयांवर आम्ही बोललो. हे काही चांगलं नव्हतं – अशा वेळी चांगली बातमी अगोदर सांगून टाकतात. इथे माइक देखील जरा निरुत्साही दिसत होते.

'आता आपण हिस्टॉलॉजीकडे वळू या' असं ते म्हणाले. 'आपण ट्यूमर पूर्णपणे काढला होता; पण कॅन्सरची मुळे अपेक्षेपेक्षा जास्त खोलवर गेलेली होती. काढून घेतलेल्या तेवीस लिम्फनोड्सपैकी सातांमध्ये कॅन्सरच्या पेशी जाऊन पोहोचल्या आहेत.'

सात?

मला गलबलून आलं. हे अत्यंत वाईट लक्षण आहे हे मला ठाऊक होतं.

कॅन्सरचं पुनरागमन होण्याची दाट शक्यता होती. 'माझे चान्सेस किती? २५ टक्के?' मी विचारलं. 'नाही, २० टक्क्यांच्या आसपास,' माइकनं उत्तर दिलं. पण हे सांगत असताना त्यांनी मान खाली घातली होती. ते ज्या प्रकारे २० टक्के पुटपुटले, त्यावरून उघड होतं की त्यांचाही या आकड्यावर विश्वास नव्हता. 'मी केमोथेरपी घेतली तर मी जगण्याची शक्यता १०-१५ टक्क्यांनी वाढेल,' असं माइक म्हणाले; पण या सांगण्यातही फार दम नव्हता.

मी त्यांच्या नजरेला नजर देत सरळ विचारलं– 'कॅन्सर परत येणार आहे का?' 'होय, अशी शक्यता आहे,' ते उत्तरादाखल म्हणाले.

एव्हाना खोलीतलं वातावरण बदलून गेलं होतं. माइक आणि क्लेअर नेहमीच्या आवेशात नव्हते. गेल सुन्न झाली होती. मी सगळ्यांचा मूड सुधारायचा प्रयत्न केला; पण तसं काही घडलं नाही. आम्ही तिथून निघालो. पुन्हा एकदा माझ्या भविष्याला कलाटणी मिळाली होती.

मी ही वाईट बातमी मुलींना सांगून टाकली. काही दिवसांनी गेल तिच्या कामाकरिता निघून गेली. माझ्या सोबतीला जॉर्जिया आली आणि आम्ही दोघं माइकना भेटायला गेलो. यावेळी आमचा मूड खूप चांगला होता. माइकनं जॉर्जियाला वस्तुस्थितीची जाणीव करून दिली; पण तिनंही ते धीरानं स्वीकारलं.

माइक आणि क्लेअर दरवर्षी एक कॉफीपानाचा कार्यक्रम आयोजित करतात. या वर्षी जॉर्जिया आणि मी त्यामध्ये सहभागी झालो. एखाद्या खोलीत वीसएक लोक गप्पा मारत बसलेले असतील अशी माझी अपेक्षा. प्रत्यक्षात तिथं सुमारे आठशे लोक होते. न्यूकासल सिव्हिक सेंटर भरून गेलं होतं. माइक आणि त्यांच्या पथकानं ज्यांच्या जीवनाला स्पर्श केला होता असे हे आठशे लोक.

यातला सर्वांत जुना पेशंट म्हणजे वीस वर्षांपूर्वी ऑपरेशन झालेला. तेव्हा माइकचं युनिट सुरू होऊन थोडीच वर्षं झाली होती. माइकचं जीवनकार्यच त्याच्या समोर बसलेलं होतं. काश, राजकारण जर इतकं नि:संदिग्धपणे सुद्गुणी असतं तर!

साउथ शील्ड्स प्रदेशातल्या काही माजी कॅन्सरग्रस्त लोकांबरोबर आम्ही बसलो. त्यांनी ताबडतोब मला 'त्यांच्यात' घेतलं. कॅन्सर झाल्यानंतरचे त्यांचे विचार, भावना यांवर आम्ही बोललो. बहुतेक गोष्टी माझ्या अनुभवांशी जुळणाऱ्याच होत्या. कॅन्सर म्हणजे काय? तर भीतीनं भरलेल्या रात्रींशी सामना करण्याचा प्रयत्न करणं; लोकांना धरून राहून त्यांचा आधार घेणं; कायम सकारात्मक राहाण्याची गरज आणि सगळ्यात महत्त्वाचं म्हणजे– कॅन्सर जरी क्रूर असला तरी तुमचं जीवन पूर्णपणे बदलण्याची क्षमता त्यात दडलेली आहे. या सर्वांचा तो अनुभव होता.

या लोकांनी 'साउथ शील्ड्समध्ये एक 'स्वाधार गट' (इसोफेजियल कॅन्सर सेल्फ-हेल्प ग्रुप) स्थापन केला होता. आठवड्यातून एकदा एका पबमध्ये हे लोक भेटत असत. मीही त्यांना भेटावं असं आमंत्रण त्यांनी मला दिलं. मीही 'मला जमेल अशी आशा आहे,' असं म्हणालो. आम्ही देशाच्या दोन टोकांना राहत होतो; पण कॅन्सरविषयी आमच्या भावना समान होत्या. या लोकांबरोबर मी 'सहप्रवासी'

असल्याची भावना मला जाणवली.

आम्ही ख्रिसमस लंडनच्या बाहेर, बर्फात घालवला. फक्त आम्ही चौघं. चौघांनाही वास्तवाची कल्पना होती. सगळेच तणावात होतो; पण एकमेकांच्या अगदी जवळही आलो होतो.

कॅन्सरच्या निदानानं जॉर्जिया सगळ्यात जास्त हादरली होती. ती या विषयावर बोलणं टाळत असे. तिला सकारात्मक दृष्टिकोन ठेवून मला मदत करायची होती. आपण दुःखी दिसलो, तर आपल्या मनातली चिंता सर्वांसमोर येईल, असं तिला वाटत असावं. प्रॉब्लेम इतका खोल होता की त्यावर चर्चा करण्यात अर्थ नव्हता; पण न्यूकासलनं तिला एकप्रकारे मुक्त केलं होतं. तिनं कॅन्सर आणि माझी स्थिती स्वीकारली होती. आता ती या विषयावर मोकळेपणानं बोलू शकत होती.

ग्रेसचा स्वभाव वेगळा होता– तिला या विषयाबद्दल बोलण्यात मुळीच संकोच वाटत नव्हता. तिला रोखठोक उत्तरांची अपेक्षा असायची– गुळमुळीत नव्हे. तिला अचूक आकडेवारी आणि शास्त्रीय माहिती हवी असे. आणि ती या सगळ्यातही थट्टामस्करी करू शकायची हे विशेष! ती पहिल्यापासून माझ्या आजाराविषयी खुल्लमखुल्ला बोलत असली तरी, आताच्या कॅन्सरच्या पुनरागमनानं तीही जरा हादरली होती. असं होणं तिला अपेक्षित नव्हतं.

या सगळ्यांमुळे माझं माझ्या दोन्ही लेकींबरोबरचं नातं अधिक गहिरं होत होतं, असा मला विश्वास होता. तशी आशादेखील होती. नकळतच आम्ही जणू पुढची दहा वर्षं एकाच वर्षात जगायची असं ठरवल्यासारखं होतं.

मुलींनी मला अगदी भंडावून सोडलं– माझ्या मनातला प्रत्येक विचार जॉर्जियाला जाणून घ्यायचा होता. मी कोणती नीतिमूल्यं मानतो? ज्या गोष्टींवर माझी श्रद्धा होती, ती तशी का होती? एखादी संकल्पना मी कशी विकसित करतो? वगैरे वगैरे. याउलट ग्रेसला सरळ शब्दांत मांडलेला, दैनंदिन जीवनात उपयोगी पडेल असा सल्ला हवा होता. तिच्या आयुष्यात संभवणाऱ्या प्रत्येक समस्येचं उत्तर तिला माझ्याकडून लिहून हवं होतं. मी फार काळ जगणार नसल्यानं तिला जगण्यासाठी हस्तपुस्तिकाच हवी होती, म्हणा ना!

या सर्व गोष्टी आपल्या मुलांबरोबर करणं तसं सोपं असतं. आई-बाप मुलांच्या आधी मरतात हा निसर्गनियमच आहे. केव्हा ना केव्हातरी ताटातूट होणं अटळ असतं.

पण गेलच्या बाबतीत वेगळी परिस्थिती होती. भविष्यात आम्ही जे जे करू शकलो असतो, ते सगळं उरलेल्या थोड्या दिवसांत करण्यात तिला रस नव्हता. तिला शांतपणा किंवा निवांतपणा हवा होता. वर्तमानकाळ जास्तीतजास्त ताणला

जावा, टिकावा असं तिला वाटत होतं. तिच्या स्वप्नातलं भावी आयुष्य म्हणजे कामातून निवृत्ती घेतल्यानंतर एकमेकांबरोबर निवांतपणे वृद्धापकाळात प्रवेश करून आयुष्य एकत्र घालवणं.

आम्ही इतकी वर्षं एकमेकांना ओळखत आलो आहोत कीं आम्ही एका समान विश्वात वावरत असतो. पतीच्या निधनानंतर कॅथरीन व्हाइटहॉर्नने लिहिलं होतं– 'विवाह म्हणजे ज्या पाण्यात तुम्ही एकत्रपणे पोहता ते पाणी, ती भूमी, त्या सवयी आणि जी गृहीतकं घेऊन तुम्ही जोडीनं जगता, ते सर्व.' निवृत्तीनंतर इकडंतिकडं थोडीफार खुडबुड करत आयुष्य घालवणं हे किती सहज साधेल असं आपल्याला वाटतं; पण माझ्या बाबतीत असं घडण्याची फारशी शक्यता उरली नव्हती. हे सत्य पचवणं मला सगळ्यात जड जात होतं.

आम्ही डेव्हिड कनिंगहॅमना भेटायला लंडनमध्ये गेलो. गेल माइकनं दिलेले डिस्चार्ज रिपोर्ट घेऊन आली होती (हे रिपोर्ट तिनं खुबीनं माझ्यापासून लपवून ठेवले होते.) मी ते रिपोर्ट तिच्याकडून घेतले आणि वाचू लागलो... 'फिलिप गूल्ड यांचं भवितव्य चिंताजनक आहे. कॅन्सर बरा होण्याची शक्यता खूपच कमी आहे, ही गोष्ट पेशंटला ठाऊक आहे.' हे माहीत असणं वेगळं आणि कागदावर लिहिलेलं वाचणं वेगळं. मी थिजल्यासारखा झालो.

आम्ही डेव्हिडच्या खोलीत शिरलो. ते नेहमीच आशावादी असले तरी अप्रामाणिक किंवा खोटं सांगणारे नक्कीच नाहीत. पुढची पायरी म्हणजे केमो-रेडिएशन असं त्यांनी सांगितलं. पुढचे सहा आठवडे दररोज रेडिएशन घ्यायचं. फक्त शनिवार-रविवार यातून सुट्टी. यानंतर जेनेटिक आणि डी.एन.ए. तंत्रज्ञान वापरून प्रायोगिक पातळीवर असलेल्या काही उपचारांचा उपयोग होईल का, याचा आढावा घ्यायचा.

मला थोडीफार आशा होती; पण एकूणात माझ्यातली हवाच गेली होती.

मला लवकरात लवकर रेडिएशन सुरू करायचं होतं; पण एव्हाना पुन्हा एकदा मला अन्न गिळणं मुश्कील व्हायला लागलं होतं. गिळताना अतिशय वेदना होत होत्या. डेव्हिडनं मला आन्द्रेयेव्ह नामक कन्सल्टंटकडे पाठवलं. हा माणूस ऑपरेशननंतरच्या रेडिएशनमुळे होणाऱ्या दुष्परिणामांमध्ये तज्ज्ञ होता. मार्सडेनमधल्या काही 'हिऱ्यां'पैकी एक. त्यानं पूर्णपणे वेगळी औषध-योजना सुरू केली आणि माझा त्रास बऱ्यापैकी कमी होऊ लागला; पण फीडिंग ट्यूबला पर्याय नाही, असं माइकनं फोनवरून कळवलं. कारण रेडिएशन घेत असताना नेहमीप्रमाणे अन्न घेणं शक्य नसतं.

त्यामुळे दुसऱ्या दिवशी फीडिंग ट्यूब बसविण्याकरिता मी पुनश्च न्यूकासलमध्ये दाखल झालो. मला पाहून तिथली मंडळी खूश झाली. ऑपरेशननंतर माइक आणि

मी माझ्या गंभीर परिस्थितीबद्दल बोलतो. जे काही सत्य आहे, ते स्पष्ट शब्दांत आणि सर्व कुटुंबीयांना एकत्र आणून सांगावं, असं माइक मानतात. यामुळे कुठल्याही प्रकारचे गैरसमज होण्याची शक्यता कमी होते.

सर्व कुटुंबीयांना परिस्थितीचा अंदाज देण्यामागं आणखी एक महत्त्वाचं कारण आहे असं मी मानतो. तुम्ही मृत्यूच्या जवळ आहात या जाणिवेनं उरलासुरला काळ कसा घालवायचा, हे तुम्ही विचारपूर्वक ठरवू शकता. तुम्हाला पृथ्वीतलावर अजून किती वेळ उपलब्ध आहे हे माहीत असणं मी भाग्याचं लक्षण मानतो. फार थोड्यांना अशी संधी मिळते हे सत्य आहे. कुठलीच तयारी करण्याची संधी न मिळता आकस्मिक निधनापेक्षा हे केव्हाही चांगलं!

मला रेडिओथेरपी अजिबात आवडली नाही, हे माझ्या कन्सल्टंट डायना टेटना पचनी पडलं नसावं. हे 'आंतरराष्ट्रीय रेडिओथेरपी वर्ष' आहे; त्यामुळे तरी मी जरा प्रसन्न मन:स्थितीत रेडिएशन घ्यावं, असं त्यांचं म्हणणं होतं; पण त्यांची पूर्ण टीम अतिशय उत्तम असूनही रेडिओथेरपी म्हटलं की माझा मूड खराब व्हायचा.

मी रेडिओथेरपी केंद्रात पहिल्यांदा प्रवेश केला तेव्हा तिथले सर्व पेशंट्स मला खचलेल्या मन:स्थितीत दिसले. ऑपरेशन किंवा केमोथेरपीचे पेशंट्स इतक्या वाईट स्थितीत नसतात. वास्तविक रेडिओथेरपीदरम्यान कसल्याही वेदना होत नाहीत; पण तरीही मनुष्याचं मन बधिर होतं हे खरं. अजूनही पहिल्या खेपेच्या रेडिओथेरपीची भुतं माझ्या मानगुटीवर बसलेली आहेत.

प्रत्यक्ष उपचार सरळ सोपे असतात. एखाद्या युद्धनौकेचं नाव वाटावं अशा नावाच्या भल्यामोठ्या यंत्रामध्ये तुम्ही आडवे झोपलेले असता. (माझ्या मशीनचं नाव 'जोफोर्ड' होतं) मशीन तुमच्याभोवती फिरत फिरत कॅन्सरच्या दिशेने चार वेगवेगळ्या कोनांमधून क्ष-किरण सोडतं. मशीनचा मंद आवाज सोडला तर काहीही जाणवत नाही. हात डोक्यामागे ठेवून एका जागी निश्चल राहण्याचा जो काही त्रास वाटेल तेवढाच. मी थेरपीदरम्यान माझ्या आयपॅडवर संगीताचा आस्वाद घेत असे.

एके दिवशी मला अस्वस्थ अवस्थेत उभा असलेला एक माणूस दिसला. वेदनेमुळे त्याला धड बसताही येत नव्हतं. आणखी एकजण बाथरूममध्ये ओकाऱ्या काढत होता. तिसरा शांतपणे मुसमुसत होता. हा रेडिएशनचा परिणाम नसून मूळ कॅन्सरचा परिणाम होता; पण असं असलं तरी या सगळ्याची सवय व्हायला वेळ लागतो.

काहींना रेडिओथेरपीचा काहीही त्रास होत नाही. कदाचित माझ्या गटातले पेशंट जरा जास्तच आजारी असतील. काहीही असो, सर्वांचा निर्धार पक्का होता. प्रत्येकजण थेरपी पूर्ण करत होता.

रेडिओथेरपीचा मुख्य उद्देश म्हणजे ऑपरेशनच्या जागेभोवतालची जागा आणि आसपासच्या लिम्फनोड्समध्ये दडून बसलेल्या कॅन्सर पेशींचा नायनाट करणं. स्थानिक जागी कॅन्सरनं पुन्हा मूळ धरू नये याकरिता हा खटाटोप. माझ्या बाबतीत अन्ननलिका आणि जठराचा उरलासुरला भाग, हृदय आणि फुप्फुसाच्या अगदी जवळ होता; त्यामुळे या दोन अवयवांना धक्का न लावता क्ष-किरण नेमके हवे तिथं फोकस करणं अवघड होतं. ऑपरेशनची जखमही किरणांच्या अगदी झोतात होती.

अगदी पहिल्या सेशनपासून माझी जखम दुखू लागली. हे दुखणं पुढे वाढतच गेलं. शिवाय खोकलाही सुरू झाला; पण थेरपीचा मधला टप्पा तसा ठीक होता. शेवटच्या दोन आठवड्यांत मात्र भयंकर वेदना आणि जोडीला उलट्या. मी अन्न घेतच नव्हतो; पण क्ष-किरणांमुळे तिथं जो दाह होत होता, त्यामुळे कफ तयार होत होता. कित्येक दिवस हा प्रकार चालू राहिला.

पुन्हा एकदा दिवस रेटणं आलं. मला त्याची सवय होती म्हणा! दिवसातून चार वेळा 'गोळीबार' होता. यात केमोथेरपीच्या गोळ्याही होत्या. एका वेळेच्या सर्व गोळ्या पोटात घालायला एक-एक तास लागायचा. कॅन्सरची लढाई तुम्हाला प्रत्येक क्षणी लढावी लागते. काही इलाज नसतो. मन कशात तरी रमवून नेटानं पुढे जावं लागतं.

यादरम्यान माझ्या पोटात फीडिंग ट्यूब होतीच. ती जठरात नसून (जठर आता फारसं शिल्लकच नव्हतं.) लहान आतड्यात होती. दररोज रात्री या नळीला पम्प जोडायचा आणि दीडएक लिटर पातळ केलेलं अन्न आत ढकलायचं.

गेलला हे अजिबात सहन होत नसे. त्या अन्नाचा वास, तो पम्पाचा आवाज आणि आमच्या बेडरूमचं हॉस्पिटलच्या खोलीत झालेलं रूपांतर - तिला हे अजिबात नको होतं. माझी जीवनदायिनी अन्ननलिका तिला 'ईल' माशाप्रमाणे किळसवाणी वाटायची. शिवाय मी कुठल्याही क्षणी ती ओढून बाहेर काढीन, अशी तिला भीती होती.

अर्थात मी दोनदा तसं केलंही, पण यू.पी.एच.मधल्या एका उत्तम सर्जननं ती सराईतपणे परत आत घातली. एकदा ती फुटली आणि माझा टी-शर्ट सगळा भरला. माझी जीन्स आणि जमीन घाण वासाच्या द्रव्यानं भरून गेली. स्वयंपाकघरात अस्वस्थ शांतता पसरली; पण अशा प्रसंगांवर मात करून माझा प्रवास चालू राहिला.

कॅन्सर तुम्हाला खचितच शक्ती देत असतो.

रेडिओथेरपी संपवून मी पुन्हा डेव्हिड कनिंगहॅमना भेटलो. सात महिन्यांपूर्वी

एका कागदाच्या कपट्यावर योजलेला उपचारांचा प्रवास इथवर समाधानकारक झाला होता. प्रत्येक गोष्ट प्लॅनप्रमाणे पार पडली होती.

आता आम्ही पुढच्या टप्प्याचा आणि आगामी चाचण्यांबद्दल विचार करू लागलो. डी.एन.ए. चाचणी, स्टेम सेल्स इत्यादी. यानं कॅन्सरचं पुनरागमन अडणार नव्हतं; पण झालंच तर त्यावर उपचार करता येणार होते.

जूनच्या सुरुवातीला पुढचा स्कॅन ठरला होता. हे खूप दूर वाटत होतं. मी रिलॅक्स झालो. या वेळी वेगळ्या पद्धतीनं गोष्टी करायचं ठरवलं.

स्कॅनचा दिवस उजाडला. गेल आणि मी नर्व्हस होतो. चिंता नसानसांत भिनत चालली होती. स्कॅन झाल्यावर गेलनं फोन केला, तोपर्यंत मलाही रिपोर्ट मिळाला नव्हता; पण त्याच क्षणी कॅझनं सगळं ठीक असल्याचा फोन केला, विपरीत परिस्थितीत आम्ही मोकळा श्वास घेऊ शकणार होतो.

मी गेलला ही सुवार्ता कळवल्यावर ती अक्षरशः अवाक् झाली. या चांगल्या बातमीला दृष्ट तर लागणार नाही ना, अशी भीती तिला वाटत होती.

डेव्हिड कनिंगहॅमनंही स्कॅन उत्तम असल्याचा निर्वाळा दिला. यामुळे माझ्या मृत्यूची शक्यता काहीशी कमी झाली होती. अर्थात अजूनही फासे माझ्याविरुद्ध पडलेले होते; पण त्याकडे मी दुर्लक्ष केलं. मी त्या छोट्याशा आशेच्या किरणाला धरून ठेवलं. बंद दरवाजा किलकिला झाला होता. अल्प असो वा दीर्घ, माझ्यासमोर काहीतरी भवितव्य होतं. हे मला पुरेसं होतं.

कॅन्सरचा प्रवास

आतापर्यंतचा प्रवास अनेक पातळ्यांवर चालू होता. माझ्यात अनेक बदल झाले; ते चांगल्याकरिता होते अशी मी आशा करतो. माझी स्वत:बद्दलची कल्पना, कॅन्सर, राजकारण, एन.एच.एस., माझे कुटुंबीय, मित्रपरिवार आणि सर्वांत महत्त्वाची म्हणजे गेल– या सर्वांकडे मी जास्त खुल्या मनानं आणि कौतुकाच्या भावनेनं आता बघू लागलो आहे.

या प्रवासाचा बहुतांश भाग खासगी स्वरूपाचा होता. यात राजकीय रंगही होता. राजकीय पक्षाच्या दृष्टीनं नव्हे, तर वेगवेगळ्या ठिकाणच्या, दोन भिन्न देशांमधल्या खासगी आणि सरकारी आरोग्य यंत्रणांचा उपयोग मला झाला त्या दृष्टीनं. या यंत्रणांची मूल्यंही निरनिराळी आहेत. माझा प्रवास लंडनच्या हार्ले स्ट्रीटवरच्या खासगी कॅन्सर तज्ज्ञापासून सुरू झाला. पुढे मी न्यू यॉर्कमध्ये 'एन्डाउमेन्ट' हॉस्पिटलमध्ये उपचार घेतले आणि शेवटी न्यूकासलच्या रॉयल व्हिक्टोरिया इन्फर्मरीत होतो. न्यूकासलच्या अगोदर रॉयल मार्सडेनचा टप्पा होता. अधूनमधून यू.सी.एच. लंडनचीही मदत घेत होतो.

यादरम्यान मी अक्षरश: शेकडो डॉक्टर्स, नर्सेस आणि पेशंट्सच्या संपर्कात आलो. अमेरिका आणि इंग्लंडमध्ये जाणवण्याइतपत फरक आहेत. अमेरिकेतील मेमोरियल स्लोन-केटरिंगमधला दर्जा अत्युत्कृष्ट होता; पण तिथं असलेली सामाजिक विषमता नजरेतून सुटण्यासारखी नव्हती– आर्थिक बाबतीत समाजातल्या दुर्बल घटकांना आरोग्य यंत्रणेत सामावून घेण्याचा भरपूर प्रयत्न केला जात होता. तरीही ब्रिटनमधली खासगी वैद्यकीय सेवा उत्तमच होती; पण ती विनामूल्य आणि सर्वांसाठी खुली नव्हती आणि खासगी क्षेत्रातल्या बऱ्याचशा ऊर्जेचा स्रोत हा एन.एच.एस.मध्येच असल्याचं मला जाणवत होतं.

मार्सडेन आणि रॉयल व्हिक्टोरिया ही दोन्ही हॉस्पिटल्स जरी एन.एच.एस.चीच असली तरी त्यांच्या कार्यपद्धतीत फरक आहे. मार्सडेनचं बरंचसं उत्पन्न खासगी पेशंट्सकडून येतं. न्यूकासलचं (किमान तिथल्या नॉर्दर्न इसोफॅगो-गॅस्ट्रिक युनिटचं) मात्र, जवळजवळ १०० टक्के उत्पन्न एन.एच.एस.मधूनच मिळतं. माझ्या सारखा खासगी पेशंट इथं अपवादानेच असतो. (माइकनं त्याच्या प्रशंसनीय कॅन्सर मोहिमेला हातभार म्हणून माझ्या बाबतीत विमा कंपनीकडून माझा खर्च 'क्लेम' केला होता.)

मार्सडेनमध्ये रेडिओथेरपीसारखे काही उपचार सर्वांना समान असतात; पण केमोथेरपी मात्र खासगी आणि एन.एच.एस. पेशंट्सना वेगवेगळ्या युनिटमध्ये दिली जाते. असं असलं तरी, एकूणात एन.एच.एस.च्या मूल्यांचंच वर्चस्व असतं. इथं खासगी आणि सरकारी वैद्यकीय सेवेचा सुरेख संगम बघायला मिळतो. न्यूकासलमध्ये मात्र सर्व सेवा सर्वांसाठी आहेत. सर्व पेशंट्सना एन.एच.एस.चे असल्यासारखी वागणूक मिळते आणि इथं गुणवत्ता आणि समानता एकत्र नांदताना दिसतात.

मग या सर्वांची तुलना कशी करायची? लंडन क्लिनिकमध्ये उपचारास फार काळ थांबावं लागत नाही; तुमचं काम झटपट आणि आरामात होतं. मार्सडेनमध्ये हे सगळं मिळतंच. शिवाय जागतिक दर्जाच्या उत्तमोत्तम कन्ल्सल्टंट्सचं समाधान मिळतं. इथला ऑन्कॉलॉजीचा खासगी विभाग आणि मॉरिस स्लेव्हिन उत्तम आहेत. मार्सडेनमध्ये सर्व सोयी आणि आराम होता आणि मला ट्रीटमेंट देणाऱ्या डॉक्टरांची औषधयोजना (प्रोटोकॉल) आज संपूर्ण जगात अन्ननलिकेच्या कॅन्सरसाठी वापरली जाते.

ऑपरेशन्सचं काय? मेमोरियल स्लोन-केटरिंग हॉस्पिटल उत्कृष्ट आहे यात शंकाच नाही; पण माझ्यापुरतं बोलायचं झालं, तर न्यूकासलमधलं इसोफॅगस युनिट जास्त चांगलं होतं. नर्सेस आपलं काम आपुलकीनं करत. पेशंटसाठीच्या खोल्या अधिक चांगलं होत्या आणि ऑपरेशन व फिजिओथेरपीचा दर्जा उत्तम होता. असं म्हणून मी मेमोरियल स्लोन-केटरिंगला मुळीच कमी लेखत नाही; पण मार्सडेन किती चांगलं आहे हे मात्र सांगू इच्छितो.

या ऊहापोहाचा अर्थ 'खासगी वैद्यकीय सेवा वाईट आणि एन.एच.एस. नेहमीच वरचढ' असा लावू नये. खासगी हॉस्पिटल्सही मूल्याधिष्ठित सेवा देऊ शकतात, असं मी मानतो. किंबहुना मला सगळीकडे चांगलाच अनुभव आला; पण हेही खरं की माझी सर्वोत्तम ट्रीटमेंट मला एन.एच.एस.मध्येच मिळाली. खासगी पेशंट म्हणून आणि एन.एच.एस. पेशंट म्हणूनही!

एन.एच.एस. काही पूर्णपणे निर्दोष नाही. खरं तर एन.एच.एस.बद्दल साशंकता वाटण्याच्या मन:स्थितीतूनच माझा हा प्रवास सुरू झाला; पण प्रवासाच्या अखेरीस

मात्र मी एन.एच.एस.चा खंदा पुरस्कर्ता झालोय. असं असलं तरी सुधारणेला निश्चित वाव आहे. काही 'रिफॉर्म्स' आणि वाढीव निधी उपलब्ध करून दिल्यानेच आज एन.एच.एस.ची ही स्थिती आहे. आरोग्यसेवेला भविष्यात भेडसावणाऱ्या आव्हानांना, समस्यांना समर्थपणे तोंड देण्याकरिता एन.एच.एस.ला सतत स्वत:त बदल करावे लागतील.

आधुनिक जगात प्रत्येक संस्थेलाच भरभराटीकरिता बदलावं लागतं. एन.एच.एस.ही या नियमाला अपवाद नाही. पेशंट म्हणून माझा अनुभव असा होता की बदलाला फारसा विरोध नाही. कॅन्सरच्या युद्धात दररोज काहीतरी वेगळं घडत असतं आणि डॉक्टर मंडळींना या गोष्टींची जाणीव आहे.

बदल (रिफॉर्म) काय स्वरूपाचे असावेत, हा वादाचा मुद्दा ठरू शकतो. माझ्याकडे जर रिफॉर्म्सची जबाबदारी असती, तर मी या तीन गोष्टींबाबत आग्रह धरला असता– यंत्रणा आणि त्यातले कर्मचारी बदल पचवण्याइतपत समर्थ असायला हवेत. बदलाच्या प्रक्रियेत एन.एच.एस.मध्ये काम करणारे पूर्णपणे सहभागी झाले पाहिजेत आणि शेवटी सगळ्यात महत्त्वाचं म्हणजे, कोणत्याही बदलांमुळे 'लोकसेवेची बांधिलकी' हा एन.एच.एस.चा गाभा अबाधित आणि सक्षम राहायला हवा.

राजकारण कितीही महत्त्वाचं असलं तरी कॅन्सर पेशंट म्हणून माझं वैयक्तिक, खासगी भावविश्वच जास्त महत्त्वाचं होतं. भयावर विजय मिळविता येतो, हे मी अनुभवांतून शिकलो आहे आणि हा विजय मिळवल्यावर मानवी शक्यतेचा दरवाजा तुमच्यासमोर खुला होतो; आपल्याला वाटत असतं त्यापेक्षा आपण जास्त कणखर असतो. अशक्य वाटणारा अडथळा जेव्हा आपण ओलांडतो तेव्हा आपण अधिक मजबूत बनतो. माणसांनी एकत्र राहण्यात प्रचंड ताकद सामावलेली असते, ज्यातून आपणही अपेक्षेपेक्षा जास्त निर्भय बनत जातो. भय आणि अंधारावर आशा मात करते. आपल्यामधलं चैतन्य कल्पनातीत शक्तिमान आणि कणखर असतं. आणि कॅन्सर कितीही भयानक आजार असला तरी, तो आपल्यात आमूलाग्र बदल घडवून आणू शकतो.

मी या गोष्टीबद्दल फार भावनिक होत नाहीये. कॅन्सर अत्यंत क्रूर आणि निर्दयी शत्रू आहे. तो वार करताना तुमचं वय, तुमची नाती कसलाच विचार करत नाही. तुम्ही तरुण असा वा प्रौढ, आई, बाप, नवरा बायको– सर्वांवर हा आघात करतो. जेव्हा पेशंट एकाकी, कमकुवत आणि नाजूक अवस्थेत असतो तेव्हा कॅन्सर अधिकच रौद्र रूप धारण करतो. हे सगळं सर्वश्रुत आहे आणि ते खरं आहे.

पण याचा उल्लेख मी कॅन्सरचं कौतुक म्हणून केलेला नाही. मला त्यावर मात करायची आहे. ज्या कोणाला अन्ननलिकेच्या कॅन्सरसारखी लक्षणं आहेत, त्यांनी

भीती बाजूला सारून आजच्या आज तपासणी करून घ्यावी, हे मी सांगू इच्छितो; ज्यांना शक्य आहे अशा सर्वांनी, पुस्तकाच्या अखेरीस नमूद केलेल्या सेवाभावी संस्थांना यथाशक्ती देणगी द्यावी, अशी माझी कळकळीची विनंती आहे. मला कॅन्सर संपवून टाकायचा आहे.

पण जोवर पृथ्वीतलावर कॅन्सरचा वावर आहे, तोवर मला सांगायचंय की, प्रत्येकात कॅन्सरशी दोन हात करायची शक्ती सामावलेली असते आणि हा सामना खेळणारा प्रत्येक माणूस कायमचा बदलून आणि अधिक कणखर बनून बाहेर येतो. एकीकडे विध्वंस करणारा कॅन्सर तुमच्यात आमूलाग्र बदलही घडवून आणू शकतो. हे असं का होतं, हे मला नाही सांगता येणार. कॅन्सर असा आजार आहे जो आपल्या मनाच्या आणि भीतीच्या सर्वांत अंधाऱ्या कानाकोपऱ्यात वावरतो आणि फोफावतो. इतर अनेक भयानक आणि गंभीर आजार आहेत; पण भीती आणि दबदबा निर्माण करण्यात कॅन्सर अनन्यसाधारण आहे; पण कॅन्सरच्या या शक्तीमुळेच सायकलपटू लान्स आर्मस्ट्राँगला असं लिहावंसं वाटलं, 'मला कॅन्सर झाला ही माझ्या बाबतीतली सर्वांत चांगली गोष्ट होती हे सत्य आहे. मला हा आजार का झाला हे ठाऊक नाही; पण त्यानं माझ्यात चमत्कार घडवला. मी त्याच्याकडे पाठ फिरवू इच्छित नाही. माझ्या आयुष्यातली सर्वांत महत्त्वाची आणि माझ्या आयुष्याला आकार देणारी ही गोष्ट मी का बदलू?'

मी आपणहून कॅन्सरची निवड केली नसती; पण तो झाला याबद्दल मला खंत नाही. कॅन्सरचं पुनरागमन होण्याअगोदरचा 'मी' आणि आताचा 'मी' यात खूप फरक आहे. माझ्या मृत्यूपर्यंत तो जुना 'मी' म्हणूनच जर मी जगलो असतो, तर ते मला आवडलं नसतं. काय घडलं माहीत नाही; पण कॅन्सरच्या दुसऱ्या आवृत्तीत माझ्या आयुष्याला एक दिशा (पर्पज) मिळाली, असं मला वाटतं; जी यापूर्वी नव्हती.

काही दिवसांपूर्वी पीट जोन्स मला भेटायला आला. युनिव्हर्सिटीतला माझा सर्वांत जवळचा मित्र. तो आला त्याच दिवशी त्याच्या शहाऐंशी वर्षाच्या आईवर, माझ्यावर झाली होती तीच शस्त्रक्रिया होणार होती– संपूर्ण अन्ननलिका काढून टाकण्याची शस्त्रक्रिया. मी दोन दिवसांपूर्वीच तिच्याशी बोललो होतो. ती खूप घाबरली होती; पण ऑपरेशन करण्यावर ती ठाम होती. तिचं धैर्य स्फूर्तिदायक होतं. मी याबद्दल पीटशी बोललो. आमच्या दोघांचा कॅन्सर जवळून अनुभवल्यामुळे तोही बदलला होता. त्यानं कॅन्सरची ताकदही पाहिली होती आणि त्यामुळे माणसात होणारं परिवर्तनही पाहिलं होतं. त्यानं आईचं धैर्य पाहिलं होतं. लोकांना आपलंसं करून घेणारं तिचं प्रेम पाहिलं होतं आणि या सगळ्यातून एक सामूहिक

शक्ती खुली झाल्याचंही अनुभवलं होतं.

तो धार्मिक बनला नव्हता; पण प्रतिकूल परिस्थितीला सामोरं जाऊन तिला पराभूत करणाऱ्या मानवी चैतन्याचा शोध त्याला लागला होता. तो मनुष्य आणि देव यांच्यात कुठंतरी मध्ये उभा होता. धड श्रद्धाळू नाही किंवा धड शंकेखोरही नाही; पण सर्व घटनांमागे काहीतरी हेतू असतो, हे त्याला जाणवलं होतं.

माझ्या बाबतीत जे जे घडलं, त्याकडे मागं वळून पाहिलं, तर हेच दिसून येतं. सर्व घटनांना– अपेक्षित असोत वा चमत्कारिक– जोडणारा एक धागा असतो, जो अर्थपूर्ण आहे.

या प्रवासानं मला लंडनहून न्यू यॉर्क, तेथून न्यूकासल आणि पुन्हा लंडनला आणून सोडलं. भीती आणि वेदनांनी उभी केलेली आव्हानं झेलत मी हा प्रवास केला. मी कमकुवत आहे असं मला वाटत असताना मी इथवर पोहोचलो. पुढच्या अडथळ्याला मी कदाचित ओलांडून पार करू शकणार नाही; पण आतापर्यंतचा प्रवास मला स्फूर्तिदायक वाटला आहे.

माझं आयुष्य माझ्यापुढे खुलं केलं गेलं. कॅन्सर टाळण्याचा तुम्ही सर्वतोपरी प्रयत्न करा; पण जर तो टाळता आला नाही, तर त्याचा सामना करायची शक्ती तुमच्यात आहे, असा आत्मविश्वास बाळगा.

कॅन्सर हा 'आयकॉनिक' आजार आहे; पण आयकॉन्सही ढासळतात!

काळा मेघ

जूनच्या स्कॅननंतर आशेचा एक अंधूकसा किरण दिसला. कॅन्सर परत येणार नाही, अशा भ्रमात आम्ही मुळीच नव्हतो; पण आम्हाला विश्वास होता की, आमच्या भावनांना धक्का पोहोचणार नाही, अशा एका छोट्याशा बेटावर आम्ही आलो आहोत. निदान डिसेंबरमध्ये ठरलेल्या पुढच्या चाचण्यांपर्यंत, 'प्लॅनेट कॅन्सर'वर आम्हाला एक सुरक्षित राहायची जागा मिळाली होती.

आम्ही सुटी घ्यायचं ठरवलं. गेलला साग्रसंगीत सुटी हवी होती. सुंदर हॉटेल, निळंशार आकाश आणि इटॅलियन वातावरण. जिथं काहीही काम नसेल आणि कुठल्याही वैद्यकीय गोष्टीशी संबंध येणार नाही, असं ठिकाण. शिवाय इंग्लंडमध्ये घालवलेल्या त्रासदायक उन्हाळ्यापेक्षा निखळ सूर्यप्रकाश.

तीस जुलैला, शनिवारी, आम्ही गॅटविकहून नेपल्सला जाणाऱ्या विमानात बसलो. दक्षिणेच्या दिशेला असलेल्या अमाल्फी किनारपट्टीस्थित पॉझिटानोकडे आम्ही प्रयाण केलं. इथं आम्हाला शांतता, समुद्र आणि निरभ्र आकाश मिळणार होतं. खाली वसलेलं टुमदार खेडं आणि मोरपंखी समुद्र लाभलेल्या सुंदर 'ल सिरेन्यूस'ची निवड गेलची. खऱ्या सुटीसाठी उत्तम!

आमचे दिवस बरे जाऊ लागले. मी भरपूर खाऊ लागलो. एकदा तर पोहायलादेखील गेलो. गेल 'पूल'जवळ वाचत बसायची. कधीकधी आम्ही दोघं गावातून अर्ध्या तासाचा फेरफटका मारून येत असू. संध्याकाळी शांतपणे जेवण. मी योग्य तेवढं खाण्याचा प्रयत्न करत होतो.

पण माझ्या नकळत काही वारे वाहू लागले होते. माझ्या कॅन्सरच्या अनुभवांतून मी जे जे काही शिकलो होतो, ते सर्व लिहून काढण्याचा माझा निर्णय पक्का होत होता.

मी कॅन्सरबद्दल 'द टाइम्स'साठी एक प्रदीर्घ लेखमाला लिहिली होती. यातला बराचसा भाग थोडा बदलून या पुस्तकाच्या सुरुवातीला येऊन गेला आहे. या लेखांना चांगला प्रतिसाद मिळाला होता. मी हे लिखाण काहीसं घाईत करूनसुद्धा त्याचा अपेक्षित परिणाम होत होता, म्हणून मी माझ्या कॅन्सर प्रवासाची कथा कथन करायचं ठरवलं.

पण आता माझ्या हॉटेलच्या खिडकीतून दिसत होता तसा एक भला मोठा काळा ढग नवी समस्या घेऊन माझ्या पुढ्यात ठाकला.

'द अनफिनिश्ड रिव्होल्यूशन' या माझ्या राजकीय पुस्तकात काही नव्या गोष्टी घालायचं मी कबूल केलेलं होतं. नवा मजकूर सुमारे वीस पानं होईल असा अंदाज होता; पण प्रत्यक्षात मला जे सांगायचं होतं, त्यानं एकशेचाळीस पानं खाल्ली. याला कितीतरी जास्त वेळ आणि शक्ती लागणार होती. मी पुस्तकाच्या कामाचा माझ्या सुटीत शिरकाव होऊ देण्याची अक्षम्य चूक केली. मी खोलीत बसून लिहीत सुटायचो. गेलच्या मनात असलेल्या शांत 'अतीत' कालावधीवर माझ्या लिखाणाच्या पिशाच्चानं आक्रमणं केलं. मनातला प्रत्येक विचार कागदावर आणण्याची अनिवार इच्छा मला होत होती.

मी त्या सुटीच्या काळात जमेल तेवढ्या सगळ्या गोष्टी करायच्या प्रयत्नात होतो. जेवढा काळ मी गेलच्या बरोबर असायचो, तेवढ्या काळात आम्ही कमालीची जवळीक अनुभवली. ती सारखी मला खायला लावायच्या प्रयत्नात असे. मला चट्‌कन उलटी होत असल्यानं मी खाण्याबाबत खूप आढेवेढे घ्यायचो; पण त्या हॉटेलातली एक खास डिश मला आवडायची– चॉकलेटमध्ये बुडवलेल्या स्ट्रॉबेरीज. मग गेल ही डिश मागवून आमच्या खोलीत ठिकठिकाणी ठेवायची. काही नाही तरी जातायेता त्यावर माझी नजर पडून मी एखादी स्ट्रॉबेरी तोंडात टाकेन या आशेनं.

पण पुस्तकासाठीचा मजकूर देण्याची 'डेडलाइन' आणि गेलशी बांधिलकी या परस्परविरोधी गोष्टींमुळे मी कित्येक वर्षांत झालो नव्हतो इतका अस्वस्थ होतो. एकीकडे प्रकाशकाशी झालेला करार मी डावलू शकत नव्हतो. दुसरीकडे शांतपणे तिच्याबरोबर सुटी घालवायचं आश्वासन मी तिला दिलं होतं. ते मी मोडत असल्यानं अपराधीपणाची भावनाही माझं मन खात होती.

एका आठवड्याने आम्ही नेपल्सहून रोममार्गे रेल्वेनं, उत्तरेला असलेल्या ऑर्बेतेलो या गावी गेलो. हे गावही समुद्रकिनाऱ्यावर वसलं आहे. चार तासांच्या या प्रवासात मी बेचैन असल्यानं गेलही अस्वस्थ होती. काहीतरी गडबड आहे असं तिला जाणवलं होतं. आमची गाडी रात्री उशिरा पोहोचली. लांबलचक, निर्जन फलाटावरून सामान सांभाळत गेलला चालावं लागलं.

आमचं इथलं हॉटेल म्हणजे 'इल् पेलिकानो'. इथली मंडळीदेखील उत्तम

आदरातिथ्य करणारी होती; पण एव्हाना एक लक्षात आलं होतं– मी पहिल्यापेक्षा थोडं जास्त खात असूनसुद्धा माझं वजन कमी होत होतं. मी बारीक झाल्याचं गेलच्या लक्षात आलं होतं. जेवणाच्या शेवटी पोटात भयानक कळा येऊ लागल्या होत्या. मी जेवढं खाऊ शकत होतो, त्यापेक्षा जास्त उलटून पडत होतं. जेवण म्हणजे पुन्हा एकदा सहनशीलतेची परीक्षा होऊन बसली.

आठवड्यानं आम्ही घरी परतलो. इतकं सगळं होऊनसुद्धा ही सुटी अत्यंत 'यशस्वी' झाली असं मला वाटलं; पण लंडनला परत आल्या-आल्या माझ्या त्रासाबद्दल मी मार्सडेनशी संपर्क साधावा असा गेलनं आग्रह धरला. लवकरात लवकर मी पुन्हा हॉस्पिटलमध्ये दाखल व्हावं, असा सल्ला मार्सडेननं दिला.

पुनश्च हरिॐ!

कशामुळे ते ठाऊक नाही; पण यावेळी चक्रं पटापट फिरली. गेल्या-गेल्या अनेक चाचण्या करण्यात आल्या. आलेले पहिले रिपोर्ट ठीक होते. मला किंचित हायसं वाटलं.

काही दिवसांनी मी टिम व्हायटिंग या माझ्या प्रकाशकाला जाऊन भेटलो. लिटल, ब्राउन या संस्थेचं ऑफिस व्हिक्टोरिया एम्बँकमेन्टवर आहे. टिम आणि संपादक झोई गलन यांच्याबरोबर 'अन्फिनिश्ड रिव्होल्यूशन'च्या सुधारित आवृत्तीच्या फायनल ड्राफ्टवर आम्हाला चर्चा करायची होती. निदान एक काम तरी पूर्ण होणार होतं. हे काम म्हणजे माझ्या जिव्हाळ्याचा विषय होता.

फोन वाजला. तो मार्सडेनमधून आला होता. फोन घेण्याकरिता टिमनं मला एका शांत खोलीत नेऊन सोडलं. माझ्या रक्तातल्या 'ट्यूमर मार्कर'चं प्रमाण पाच टक्क्यांवरून अठ्ठावन्न टक्क्यांवर पोहोचलं होतं. खेळ संपला होता. मी गेलला फोन करून हे सांगितलं. तिलाही समजून चुकलं होतं.

मी पुस्तक पूर्ण करण्यासाठी जी धडपड आणि घाई करत होतो त्यावरून तिला अंदाज आला होता– याला मरायच्या आत 'अन्फिनिश्ड रिव्होल्यूशन' पूर्ण करायचंय आणि या पुस्तकाची निदान पहिली काही प्रकरणं तरी मार्गी लावायची आहेत. माझं दुसरं पुस्तक पूर्ण झालं म्हणजे माझ्या आयुष्याची इतिकर्तव्यता झाली, हे मी जाणून होतो. पुस्तक पूर्ण झाल्यावर जणू शेवटचा अध्याय सुरू होणार होता.

मार्सडेनमधून ताबडतोब स्कॅन करून घेण्याचा सल्ला मला देण्यात आला. त्यांच्या एकंदरीत सुरावरून काहीतरी गंभीर घडलंय असा अंदाज मी बांधला आणि त्या क्षणी मी मनाशी पक्कं केलं– जे काही घडलंय त्याचा मी पूर्णपणे स्वीकार करेन. अर्थात, कॅन्सरचं पुनरागमन झालं होतं.

मी संध्याकाळी पाच वाजता तिथं गेलो. काहीही झालं तरी मी रात्री तिथं मुक्काम करावा आणि या प्रकरणाचा सोक्षमोक्ष लावून टाकावा असं ठरलं. या युद्धातलं निर्णायक वळण आमच्यासमोर आलं होतं.

गेलही तिथं आली, ती नर्व्हस होती; पण कणखर बनली होती. 'डे-युनिट'मध्ये रात्रीचे साडेआठ वाजले होते. स्वच्छता यंत्रांची घरघर चालू झाली होती. रात्रपाळीची सुरुवातीची लगबग सुरू होती. ही जागा म्हटलं तर आल्हाददायक होती; पण आम्हाला मात्र निर्जन बेटावर असल्यासारखं वाटत होतं.

काचेच्या दारातून डेव्हिड कनिंगहॅम आणि त्यांच्या सहकाऱ्यांमध्ये चालू असलेली चर्चा दिसत होती. डेव्हिडच्या चेहऱ्यावर काळजीचं सावट पसरलं होतं. कालांतराने कॅझ मॉकलिंस्की बाहेर आले. रेडिओथेरपी दिलेल्या भागाच्या वरच्या आणि खालच्या लिम्फनोड्समध्ये कॅन्सरनं आपला मुक्काम हलवला होता.

डेव्हिड अत्यंत गंभीर होते. मी त्यांना 'वाइटात-वाईट काय होईल?' असा सवाल केला. 'तीन महिने', असं स्पष्ट उत्तर मिळालं. 'सर्वांत चांगलं फलित काय?' असं गेलनं विचारलं... उत्तर तेच होतं– 'तीन महिने!'

कॅन्सर झाल्याचं तुम्ही पहिल्यांदा ऐकता, तेव्हा काय वाटतं, हे मी अगोदर वर्णन केलंच आहे. तुम्ही कॅन्सरवर मात करू शकाल, असं आपसूक तुम्हाला वाटतं. पहिल्या पुनरागमनाच्या वेळी (रिकरन्स) तुम्ही गोंधळून जाता. 'असं का झालं?' असा प्रश्न तुम्हाला पडतो. टोनी ब्लेअरशी बोलेपर्यंत या प्रश्नाचं उत्तर मला मिळालं नव्हतं; पण तो म्हणाला होता - 'कॅन्सरच्या तुझ्याकडून अजून काही अपेक्षा आहेत. त्याचं समाधान झालेलं नाही. तुलाच बदलावं लागेल. तुझ्या आयुष्याचं नेमकं ध्येय तुला शोधावं लागेल.'

पण दुसरं पुनरागमन म्हणजे वेगळा प्रकार असतो. पावसाळी रात्री थंडीनं कुडकुडत असताना एखाद्या मोठ्या ट्रकनं तुम्हाला धडक दिल्यासारखं हे असतं.

कॅन्सर म्हटलं की मृत्यू येणार हे तुम्हाला माहीत असतंच; पण आता मात्र शंकेला कुठलीही जागा उरली नव्हती. आता मृत्यू हे अटळ सत्य होतं; भीतिदायक! एका क्षणात चित्र पूर्णपणे पालटलं होतं. आता आम्ही परिस्थितीच्या हातातलं बाहुलं बनलो होतो. मी आता काही महिन्यांचाच सोबती होतो.

डेव्हिड धीरोदात्त होते. अजूनही उपचार शक्य होते आणि आमच्यापुढे कोणकोणते पर्याय होते यावर आम्ही चर्चा केली; पण प्रकरण हातघाईवर आलं होतं यात शंका नव्हती.

तीन महिन्यांचं अस्तित्व. डेव्हिड आणि आमच्यात आता डॉक्टर-पेशंट नात्याच्या पलीकडे जाऊन वेगळ्या प्रकारचा सलोखा निर्माण झाला होता. आता कॅन्सर बरा करणे हे ध्येय उरलं नव्हतं. आता एकाच संघातले खेळाडू या नात्यानं आम्ही 'मृत्यूला कसं सामोरं जायचं' याचा विचार करत होतो.

कधी नव्हे इतका मार खाऊन आल्याच्या भावनेनं गेल आणि मी तिथून बाहेर पडलो. या मानसिक धक्क्यातून सावरणं अशक्य वाटत होतं.

पुढच्या काही दिवसांचा कार्यक्रम आम्ही आखला. मी लगेच मार्सडेनमध्ये ॲडमिट होणार होतो. नव्यानं फीडिंग ट्यूब घालण्यात येणार होती. दुसऱ्याच दिवशी केमोथेरपीला सुरुवात होणार होती. हा कोर्स कागदोपत्री सहा महिन्यांचा होता. आता चक्रं पटापट फिरू लागली. घटनांच्या या वेगामुळे माझ्या स्थितीचं गांभीर्य अधोरेखित होत होतं.

अनेकांनी मला भेटून धीर द्यायचा प्रयत्न केला. 'अजूनही कॅन्सर बरा होऊ शकतो', असं न्यूकासलहून माइक ग्रिफिननं कळवलं. मी टोनी ब्लेअरला फोन केला. आमच्या दोस्तीच्या प्रदीर्घ काळात प्रथमच त्याला काय बोलावं हे सुचेना. पण तो झट्कन सावरला.

आठवडा संपला. मार्सडेनमध्ये एका रात्रीच्या मुक्कामाची आम्ही तयारी केली. पुन्हा एकवार कॅन्सर रुग्णाच्या आयुष्यातल्या खाच-खळग्यांना तोंड देणं आलं.

आम्ही दिलेल्या वेळेच्या आधीच पोहोचलो. नर्व्हस तर होतोच. पुन्हा एकदा खोलीचा शोध. पुन्हा एकदा तिथल्या स्टाफशी नव्यानं नातेसंबंध प्रस्थापित करणं.

आता ते ज्या प्रकारचं ऑपरेशन करणार होते, त्याचे दुष्परिणाम होऊ शकतात याची स्पष्ट कल्पना मला देण्यात आली. माझ्या कॅन्सर प्रवासाच्या सुरुवातीलाच मला भेटलेल्या सत्विंदर मुदननं ऑपरेशन चोख पार पाडलं आणि आता शेवटच्या टप्प्यातही तो माझ्याबरोबर होता. माझ्या आठवणीतला आत्मविश्वासपूर्ण आणि लाघवी सत्विंदरच पुन्हा मला भेटला. ऑपरेशन सोमवारी करायचं ठरलं आणि त्याकरिता त्यानं त्याचा चीन दौरा थोडा पुढे ढकलला.

आधीच्या दोन ऑपरेशन्समुळे आताचं ऑपरेशन अवघड होतं. आम्ही आशा सोडली नव्हती आणि ते व्यवस्थित पार पडलं; पण लिम्फनोड्सप्रमाणे आता पोटात सगळीकडेच कॅन्सर पसरल्याचं दिसून आलं.

ऑपरेशनच्या रात्रीच वेदनांना सुरुवात झाली. पोटाच्या अगदी आतून येणाऱ्या असह्य कळा. या वेदनेचा अर्थ कुठेतरी गळती होतेय. तसं असेल तर केमोथेरपी पुढे ढकलावी लागेल. म्हणजे मृत्यू आणखी जवळ येईल...

लवकरात लवकर केमोथेरपी सुरू करणं गरजेचं होतं. एरवी साधकबाधक

विचार करणाऱ्या डेव्हिडच्या मते दुसऱ्याच दिवशी केमो सुरू केली तर बरं होणार होतं. या 'अर्जन्सी'मुळे मी आणखी हबकलो. लवकरात लवकर कॅन्सरला मारून टाकता आलं नाही, तर तो माझा जीव घेणार होता. हे त्याचं सकाळचं मत होतं; पण दुसऱ्या दिवशी उलटे फासे पडले.

त्या रात्री वेदना वाढल्या. माझ्या नव्या नळीतून मला अन्न द्यायला सुरुवात झाली होती. तोंडात कडवट चव भरून राहिली होती. मळमळण्याची भावना तर असह्य होत होती. उलट्याही चालू होत्या. यात भर म्हणजे मी घेत असलेल्या औषधांमुळे मला भास होऊ लागले होते.

हे सत्र चालूच राहिलं. शेवटी एकच उपाय उरला. सर्व औषधं आणि अन्न पूर्णपणे बंद करून काय होतं ते बघायचं. याचा अपेक्षित परिणाम झाला. पोट शांत झालं आणि शुक्रवारपर्यंत त्रास बऱ्यापैकी कमी झाला.

पण हॉस्पिटलच्या दारातून आता मी बाहेर पडणार नाही अशी गेलची आणि माझी खात्री पटली होती.

ऑपरेशननंतरच्या मंगळवारी दुपारी डेव्हिड भेटायला आले. त्यांनी डावपेचात बदल करायचं ठरवलं होतं आणि केमोथेरपी एक किंवा जरूर तर दोन आठवडे पुढे ढकलली होती. आमची गाडी भरकटत होती हे उघड होतं. त्यांनी मला धीर दिला खरा; पण या नव्या मार्गातले अडथळे आणि धोके त्यांना दिसत होते हे त्यांच्या आवाजावरून मला जाणवलं. दर्या खवळलेला आहे; समोरचं काही दिसत नाही. अशातून आमचा तारू पुढे नेण्याचं अवघड काम डेव्हिड करत होते.

शनिवार उजाडला. गेल मला भेटायला हॉस्पिटलमध्ये आली. माझ्या आयुष्यातल्या सर्वांत असाधारण तीन दिवसांना सुरुवात झाली होती. मी फारसा भावनाप्रधान माणूस नाहीये; पण झालेल्या सर्व आणि येणाऱ्या सर्व गोष्टींबद्दल मला काय वाटतंय हे मला तिला सांगावंसं वाटू लागलं; माझ्यापुढे दुसरा पर्यायच नव्हता. मी तिच्याकडे पाहिलं अन् मला रडू कोसळलं.

हे अश्रू कशा-कशाकरिता होते? दवडलेल्या संधीकरिता. आनंद न मिळताच निसटून गेलेल्या क्षणांकरिता. साहचर्य गमावल्याकरिता. मी इतक्या तळमळीनं आजवर कोणाशीही बोलू शकतो नव्हतो; गेलशीदेखील नाही.

मृत्यूमध्ये असलेल्या ताकदीपेक्षा कॅन्सरमध्ये जास्त ताकद असल्याचं मी अनुभवत होतो. आजवर माझ्या दृष्टीने आयुष्य म्हणजे वेगवेगळ्या पाट्या लावलेल्या दालनांचे दरवाजे. हे दरवाजे म्हणजे जन्म, पहिली नोकरी, लग्न, मुलं-बाळं, निवृत्ती. एकापोठापाठ एक आपण एक-एक दालन उघडायचं आणि ओलांडून

पलीकडे जायचं आणि या प्रत्येक दारातून आत शिरताना माझ्या अपेक्षा आणि जे प्रत्यक्षात घडलं यामध्ये ताळमेळ बसत आला होता. पण 'मृत्यू'ची पाटी असलेल्या दाराचं गणित काही औरच असतं. दारावरची पाटी आणि वास्तव यांत जमीन-आसमानाचा फरक असतो.

प्रत्येकाची मृत्यूविषयक संकल्पना वेगळी असते. त्याकडे बघण्याचा दृष्टिकोनही वेगवेगळा असतो; पण मृत्यू ही 'चुकीची' गोष्ट आहे याबाबत फारसं दुमत नसावं. मृत्यूचा इथल्या स्थल-कालाशी काही संबंध नसतो.

मृत्यू म्हणजे काय? तर तुमच्या आयुष्याचा उतरत जाणारा आलेख. तुमचं कमी-कमी होत जाणारं महत्त्व, खुंटणारी वाढ, सहभागाचा अंत वगैरे. हे काही अंशी खरंही आहे; पण माझ्याप्रमाणे मृत्यूच्या दारात असलेल्यास आणखी एक पैलू जाणवतो– पूर्वी कधीही केलं नव्हतं, अशा प्रकारे आपण आपल्या भोवतालच्या जगाचं पुन्हा अवलोकन करतो. हे आपण अनेक मार्गांनी करतो. प्रत्येक मार्ग आपल्याला 'न्यायनिवाड्यां'च्या क्षणापर्यंत नेऊन पोहोचवतो.

काही लोकांच्या दृष्टीने ईश्वरच आपलं मूल्यमापन करत असतो. हे खरं असेलही; पण माझ्या मते आपणच आपलं मूल्यमापन करत असतो. 'आपण एका विवक्षित काळानंतर निश्चित मरणार आहोत' या जाणिवेमध्ये एक वेगळीच ताकद असते. यात आपण परिपूर्ण होण्याची शक्यता दडलेली असते. यामुळे अत्यंत प्रगल्भ भावनांचा खजिना तुमच्यासाठी खुला होतो. तुमच्या आसपास असलेल्यांशी समेट किंवा समझोता करायची संधी तुम्हाला मिळते. अशी संधी जी एरवी कधीच मिळाली नसती.

मी हे विचार मान्यवर मानसोपचारतज्ज्ञ डेव्हिड स्टर्जन यांना बोलून दाखविले. त्यांनी मला दोन गोष्टी सांगितल्या, ज्यांचा माझ्यावर खोल परिणाम झाला.

पहिली गोष्ट म्हणजे तुम्हाला जर चांगला मृत्यू हवा असेल, तर तुम्ही मृत्यूचा स्वीकार केला पाहिजे. दुसरं म्हणजे बहुतेक लोकांच्या बाबतीत मृत्युकाळ हा आयुष्यातला सर्वांत महत्त्वाचा काळ असतो.

माझ्या वडिलांचा मृत्यू आणि माझ्या दोन्ही मुलींचा जन्म मी जवळून पाहिल्याचं मला स्मरतं. दोन्ही प्रसंगांतली शक्ती मी अनुभवली आहे. मुलींचा जन्म निरागस होता. अठ्ठ्याहत्तराव्या वर्षी माझ्या वडिलांना मृत्यू आला, त्या वेळी आयुष्यभराच्या अनुभवांची शिदोरी त्यांच्यापाशी होती. तुम्ही जन्माच्या वेळी कोण आहात हे जन्माच्या शेवटी कोण आहात, याच्याइतकंच महत्त्वाचं असतं.

तुम्ही मृत्यूचा स्वीकार केलात तर त्याविषयीचं भय नाहीसं होतं. हा मोठ्या बदलाचा काळ असतो. स्वत:ला आणि दुसऱ्यांना पूर्णत्वाकडे नेऊ शकणारा हा काळ असतो. शिवाय अल्प प्रमाणात का होईना, जगाला थोडंसं बदलण्याची संधी

तुम्हाला उपलब्ध होते.

माझ्या आयुष्यापुरतं बोलायचं तर हे तीन दिवस संपूर्ण कायापालट करणारे होते. मनाभोवती असलेल्या सर्व भिंती तोडून मी गेलशी संपूर्णतः प्रामाणिकपणे माझ्या भावना व्यक्त करणार होतो. मी मृत्यूचा केलेला स्वीकार आणि माझी असुरक्षिततेची भावना मी तिच्यासमोर खुली करू इच्छित होतो.

तिनंही तितक्याच मनापासून मला प्रतिसाद दिला. दुपारपर्यंत आमचं नातं अशा उच्च पातळीवर जाऊन पोहोचलं की जे आम्ही आतापर्यंत कधीही अनुभवलं नव्हतं.

दुसरा दिवस म्हणजे रविवार वेगळा ठरणार होता. गेल खोलीत शिरली तीच काहीशा तिरीमिरीत! आधी तिनं ग्रेसच्या आणि माझ्यादरम्यान झालेल्या एका छोट्याशा प्रसंगाचं खुसपट काढलं. मग कित्येक वर्षांपूर्वी आमच्यात घडलेल्या एका घटनेचा उल्लेख करत तिनं सगळा राग बाहेर काढला. त्या वेळी मुलींना चांगल्या शाळेत घालून त्या शाळेजवळच घर घ्यावं असं माझ्या मनात होतं तर गेलला आमचं तत्कालीन घर मनापासून आवडलं होतं आणि तिला ते मुळीच सोडायचं नव्हतं. मी त्या वेळी माझं घोडं पुढे दामटलं होतं.

हा प्रसंग तिनं आता चव्हाट्यावर आणला होता. 'मी तेव्हा तसा का वागलो?' हा तिचा सवाल होता. 'आम्हाला आवडणाऱ्या घरातून तू माझी आणि माझ्या पोरींची उचलबांगडी का केलीस?'

वैवाहिक जीवनात असे अनेक प्रसंग आले होते. निवडणुकीच्या काळात मी रात्र-रात्र घराबाहेर काढत असे. माझ्या मुलींना माझी गरज असताना मी त्याकडे दुर्लक्ष करून माझीच कामं करत राहिलो होतो. अशावेळी मी 'एक घाव, दोन तुकडे' प्रणाली वापरून माझंच म्हणणं खरं करत असे. या सगळ्याबद्दल गेलच्या मनात सल होती. ती तिनं आज बोलून दाखविली.

मी दीर्घकाळ विनाशाचाच मार्ग अवलंबला होता. तिनं काळजीपूर्वक आणि मनापासून काहीतरी तयार करायचं आणि मी येऊन तो डोलारा उद्ध्वस्त करायचो हे तिचं गाऱ्हाणं होतं. 'तू एवढी वर्षं काय नशा करत होतास?' असं ती विचारेल असं मला वाटलं; पण तिनं तसं केलं नाही.

आमच्या परस्परसंबंधांमध्ये 'सत्ता' मिळवण्यासाठी मी हे सगळं करत नव्हतो; उलट हा माझ्या असुरक्षितपणाचा परिणाम होता, हे मला प्रथमच जाणवलं. गेलबद्दलचे आणि स्वतःबद्दलचे माझे ग्रह किती चुकीचे होते हे मला आता उमगलं.

गेलची अमर्याद आंतरिक शक्ती माझ्या लक्षातच आली नव्हती. तिच्यातले

अनेक गुण कळायला मला मृत्यूच्या इतकं जवळ यावं लागलं.

मी गेलचा सर्व राग स्वीकारला, त्याबद्दल मनापासून दिलगिरी व्यक्त केली आणि माझ्या चुका माझ्या लक्षात आल्या आहेत हे मी तिच्यासमोर कबूल केलं. 'तू असं चिडणं योग्यच होतं,' असं मी म्हणालो. या देवाण-घेवाणीनंतर आमचे संबंध एका वेगळ्याच पातळीवर जाऊन पोहोचले... कायमचेच!

जाणिवेची लांबलचक प्रक्रिया माझ्यापुढे होती.

कुठलीही जाणीव आपोआप होत नसते. तुम्ही मेल्यानंतर तर ती नक्कीच होणार नसते. इथे, मृत्यूपूर्वीच तुम्हाला आत्मपरीक्षण करावं लागतं. तुम्हाला जाणवतं - 'अरे देवा! मी काय काय केलंय! पण आता माझ्याकडे थोडा वेळ आहे, तर मी सगळं निस्तरणार आहे.'

मी गेलबरोबर आणि इतर स्नेह्यांबरोबरदेखील ही प्रक्रिया सुरू केली आहे. अर्थात गेल आणि मी एकमेकांबरोबर चाळीस वर्षं घालवली आहेत; अजूनही एकत्र घालवायला आमच्यापाशी थोडा काळ शिल्लक आहे; पण माझ्या पोरींची गोष्ट वेगळी आहे. एक पंचविशीची आहे, दुसरी बावीस. त्यांना अजून हे सगळं पचवायचं आहे. स्वत:पुरतं आणि माझ्याबरोबर विचार आणि भावनांची जुळवाजुळव करणं अवघड काम आहे आणि ते घाईघाईतच करावं लागणार आहे; पण तुम्हाला जर तीव्र इच्छाशक्ती असेल तर तुम्ही प्रचंड बदल घडवून आणू शकता हे सत्य मी अनुभवातून शिकलो आहे.

जिल माझी बहीण. तिच्याशी माझे बरे संबंध होते, फार खास काही नाहीत; पण आताच्या परिस्थितीमुळे आणि आमच्यात झालेल्या संवादांमुळे आम्ही खूप जवळ आलो आहोत. सुदैवानं मला तसा वेळ मिळाला.

परस्परसंबंधांचं बस्तान मी व्यवस्थित बसवू शकलो, याचं कारण म्हणजे माझा कॅन्सर आणि माझ्या मृत्यूची निश्चिती. हे नसतं तर मी असे सेतू बांधूच शकलो नसतो. माझ्या प्रिय व्यक्तींनाही ठाऊक आहे आणि मलाही ठाऊक आहे की मी लवकरच मरणार आहे. म्हणूनच आम्ही सर्वांनी हा घाट घातला आणि वेळ होता म्हणूनच हे शक्यही झालं. अशा प्रकारे मृत्यूच जीवनाला अर्थ प्राप्त करून देत असतो.

सोमवारी मार्सडेनमधला माझा शेवटचा दिवस होता. संभाषणाचा रोख पुन्हा बदलला. आम्ही आता भविष्यकाळाकडे नजर लावली. गेलसाठी नवं घर, माझ्या अनुपस्थितीत तिनं काय करावं, तिच्या उर्वरित आयुष्याला कसा आकार द्यावा, यावर आम्ही चर्चा केली.

तीन दिवसांच्या कालावधीत आम्ही भूतकाळ, त्यातल्या चुका आणि राग

यावरून भविष्याबद्दल गोड चर्चा करण्यापर्यंत मजल मारली. आमच्या वैवाहिक जीवनाला हा 'अतीत' नेणारा क्षण होता. एकमेकांना 'समजण्याची' एक नवी पातळी आम्ही गाठली.

माझ्या अंदाजानुसार गेल कायमची बदलली आहे. हा बदल वरवरचा नाहीये. हळूहळू ती एक वेगळी व्यक्ती बनत गेली आहे. अधिक निर्मम, अधिक प्रेमळ, आणि अधिक 'बाहेर बघणारी.' माझ्यावर ती आता जास्त विश्वास ठेवते. माझ्या कॅन्सरच्या शेवटच्या टप्प्यात ती कमालीच्या प्रेमाने आणि हळुवारपणे माझ्याशी वागतेय. इतकं प्रेम, इतकं सखोल प्रेम मी यापूर्वी अनुभवलंच नव्हतं.

आमच्या आयुष्यात वाईट काळ येऊन गेला. चांगला काळही येऊन गेला; पण आता नवा काळ उजाडला आहे.

द डेथ झोन

मी मरणार आहे. आता माझा मृत्यू अटळ आहे. हे पुढच्या काही आठवड्यांत घडणार आहे. कदाचित पुढच्या काही दिवसांतच घडेल. हे निर्विवाद सत्य आहे. आता यातून सुटका नाही. खरंच मी लवकरच मरणार आहे. जोपर्यंत मी हे स्वत:ला सतत सांगत राहीन, जोपर्यंत मी हे टाळण्याचा प्रयत्न करणार नाही, तोपर्यंत ठीक आहे. माझं मन योग्य ठिकाणी आहे.

मला आयुष्यभर मृत्यूचं अस्तित्व जाणवलं आहे; पण हा केवळ आभास होता, असं आता माझ्या लक्षात आलंय. आधी डॉक्टरांनी माझ्या मरणाची शक्यता २५ टक्के वर्तवली होती. दुसऱ्या खेपेला हा आकडा ६० टक्के झाला; पण तरी दोन्ही वेळा सुटकेचा मार्ग उपलब्ध होता; पण जेव्हा मला सांगण्यात आलं, 'फिलिप, तू मरणार आहेस; या गोष्टीची सवय करून घे. कदाचित महिने लागतील, कदाचित आठवडे; पण तू मरणार हे नक्की आहे.' तेव्हाच खऱ्या अर्थाने मृत्यूचं अस्तित्व जाणवलं.

सर्व चांगल्या डॉक्टर्सना, तुम्ही ज्यांच्यावर विश्वास टाकलाय अशा डॉक्टर्सना, सतत या सत्याला सामोरं जावं लागतं. ते तुम्हाला तसं स्पष्टपणे सांगतातच. उदाहरणार्थ माझ्या या प्रवासाच्या सुरुवातीला मी टीव्हीला दिलेल्या एका मुलाखतीत म्हणालो होतो – 'मी अजून तीनएक महिने जगेन असं त्यांनी मला सांगितलं आहे.' मी पुढे डॉक्टरांना भेटलो आणि म्हणालो– 'होय, अजून माझ्यापाशी तीन महिने आहेत.' डॉक्टरांनी मान हलवली– 'नाही, ही गोष्ट दीड महिन्यापूर्वीची झाली. आता आणखी दीड महिनाच तुझ्यापाशी आहे.' तुमच्याकडे असलेल्या मर्यादित वेळेचा एवढा स्पष्ट उल्लेख ही काहीतरी वेगळीच गोष्ट असते. मला जे सांगायचंय त्यातला हा कळीचा मुद्दा आहे.

तुम्ही मृत्यूचा जर खऱ्या अर्थानं स्वीकार केलात तरच तुम्ही त्याच्यापासून मुक्ती मिळवू शकता; त्याच्याशी दोन हात करत पुढे जाऊ शकता, असं मला वाटतं. 'स्वीकार' ही सगळ्यात महत्त्वाची गोष्ट आहे.

जेव्हा जेव्हा तुम्ही स्वत:ची 'हं, पण...' किंवा 'अवघड आहे, तरी...' अशी समजूत काढायचा प्रयत्न करता तेव्हा तुम्ही असत्य कवटाळत असता. जोपर्यंत तुम्ही हे असत्य घट्ट धरून ठेवाल, तोपर्यंत तुम्ही नीट जगू शकणार नाही आणि त्यामुळे तुम्ही योग्य प्रकारे मरूही शकणार नाही.

पण जेव्हा तुम्ही सत्याचा विचार करता तेव्हा तुमच्यात एक शक्ती, एक ताकद येते. धैर्यही येतं. मुख्य म्हणजे तुम्ही मुक्त होता.

मला कल्पना आहे की, लोक वेगवेगळ्या प्रकारे मृत्यूला सामोरे जातात. एखाद्याला जर सत्य नाकारायचं असेल तर ठीक आहे. तो त्याचा निर्णय असेल. मात्र मला नकाराचा मार्ग अजिबात मान्य नाही.

मला जीवनाविषयी, मृत्यूविषयी जे समजलंय किंबहुना अशा गुंतागुंतीच्या कुठल्याही गोष्टींबद्दल जे समजलंय, त्यावरून एक नक्की जाणवलंय की, प्रामाणिकपणाला पर्याय नाही. तुम्ही स्वत:शी प्रामाणिक असायला हवं आणि तुम्ही स्वीकार करायला हवा.

आता काही ठरावीक काळानं तुम्ही मरणार असं जेव्हा तुम्हाला सांगण्यात येतं आणि जेव्हा तुमचीही खात्री होते, तेव्हा तुम्ही 'डेथ झोन'मध्ये प्रवेश केलेला असतो.

तुम्ही मरणार हे तुम्हाला माहीत असेल आणि तरी तुम्ही जर 'मी अजून डेथ झोनमध्ये नाहीये, कारण अजून खात्रीनं सांगता येत नाहीये,' असं स्वत:शी म्हणत असाल, तर तुम्ही अजूनही नाकारण्याच्या स्थितीत (डिनायल) आहात; पण तुम्ही मृत्यूचं सत्य स्वीकारलं, तर काहीतरी पुढे जाता येतं. तुमच्यापुढे अनेक शक्यता खुल्या होतात. याबद्दल मी पुढे लिहिणारच आहे.

ज्या क्षणी मी मृत्यूच्या नजरेला नजर देऊन वास्तव स्वीकारलं, त्या क्षणी मी मुक्त झालो. लक्षात घ्या, 'मी मृत्यूचा पराभव केला' असं म्हणत नाहीये. मृत्यूला कोणीही हरवू शकत नाही. माझ्यात मृत्यूच्या अतीत जाण्याचं धैर्य आहे, हे मी स्वत:ला दाखवून दिलं आहे. मी मृत्यूला पराभूत करू शकणार नाही; पण तोही मला हरवू शकणार नाही. यालाच मी मुक्ती म्हणतोय. मृत्यूच्या नजरेला नजर देणं हा कदाचित उद्दामपणा वाटेल; पण ते खरं आहे असं मी मानतो.

गेल आणि मी माझ्या अंत्यसंस्कारांविषयी बोलायला 'व्हिकार'ना भेटायला गेलो. दोघंही नर्व्हस आणि गोंधळलेल्या मन:स्थितीत होतो. काय करतोय हे आमचं

आम्हालाही कळत नव्हतं; पण काही वेळानं आम्ही शांत झालो. आता मृत्यूची भीती उरली नसल्याची जाणीव झाली.

या आठवड्यात सुरुवातीच्या दोन रात्री मला अतिशय त्रास झाला. नीट श्वास घेता येत नव्हता, खूप जुलाब होत होते; पचन कामातून गेलं होतं. भरीला खोकलाही होता. गेलची अवस्थादेखील वाईट होती.

मी पडल्या पडल्या विचार केला– 'ठीक आहे, हे सगळं अतिशय वाईट आहे. आपण मृत्यूविषयी बोलतोय; पण जोपर्यंत मी न खचता त्याला स्वीकारेन तोपर्यंत मी 'कशा प्रकारे मरायचं' हे ठरवायला मी मोकळा आहे. माझ्यात थोडीफार ताकद आहे. फार नाही पण थोडीतरी. मला हवा तसा मृत्यू आणण्याची माझ्यात ऊर्मी आहे. मी मृत्यूला काही प्रमाणात हवा तसा आकार देऊ शकतो.' माझ्यापुरतं बोलायचं झालं, तर असं खुल्या नजरेनं मृत्यूला सामोरं जाणं हा माझ्या विचारसरणीचा गाभा आहे आणि माझ्या बाबतीत हाच मार्ग योग्य ठरला.

एकदा डेथ झोनमध्ये प्रवेश केल्यावर टप्प्याटप्प्यानं मृत्यूचं वास्तव पचवायची प्रक्रिया माझ्यासमोर उलगडत गेली.

चारएक वर्षांपूर्वी पहिल्यांदा कॅन्सरचं निदान झालं त्या वेळी मी त्याच्याशी काही प्रमाणात तरी सामना करू शकेन, असं मला वाटत होतं. नंतर पहिल्या केमोथेरपीच्या वेळी माझे धाबे दणाणले होते. केमो म्हणजे कॅन्सरचं प्रतीकच म्हणायचं. केमो म्हणजे नळ्या, साइड-इफेक्ट्स आणि अशा अनेक भयानक गोष्टी आणि हे आता आपल्या बाबतीत घडणार आहे ही जाणीव तर फारच वाईट. 'हे मला अजिबात जमणार नाही' असं उपचाराच्या अगोदर मला वाटलं होतं; पण मी ते केलं.

मग कालांतराने डॉक्टर मंडळी म्हणाली, 'मित्रा, तुझी अन्ननलिका आम्ही काढून टाकणार आहोत. शिवाय अमुक काढणार, तमुक उरणार नाही... इथून पुढे तुला चारचौघांसारखं जेवता येणार नाही.'

मग त्याचीही सवय होते आणि याबरोबरच ही जाणीव होते की, तुमच्यावर झालेले सर्व आघात झेलण्याची कुवत तुमच्यात असते.

भविष्यात घडू शकणाऱ्या गोष्टींचा सामना करण्याची जबरदस्त ताकद तुमच्या शरीरात आणि मनात असते हे फार विस्मयकारक आहे. एकापाठोपाठ एक आव्हानं तुम्ही झेलत जाता. शारीरिक, मानसिक, धार्मिक, आध्यात्मिक अशा सर्वच पातळ्यांवर आपल्याला वाटत असतं त्यापेक्षा आपण कितीतरी जास्त सक्षम असतो. शरीर सहन करतं. तुम्ही सहन करता. टिकून राहता. वेदना असो की

अनिश्चितता– तुम्ही सगळ्याला तोंड देऊ शकता अन् सगळ्याचा तुम्ही सामना करू शकता.

आणि जेव्हा तुम्हाला ही जाणीव होते, तेव्हा व्यक्ती म्हणून तुमचा कायापालट होतो. आता मुद्दा धैर्याचा.

'देवा! मी कमकुवत आहे. मला खूप भीती वाटतेय,' असा विचार बहुतेकांच्या मनात येईल.

मी भितरा आहे असं मला वाटलं. संध्याकाळच्या वेळी सायकल जोरात चालवायला घाबरणारा; पोहताना पाण्याखाली डोकं न घालणारा, 'रोलर-कोस्टर'ला घाबरणारा माणूस. मला या सगळ्या गोष्टी करायला खूप भीती वाटायची; पण कॅन्सर जेव्हा वेदना आणि भीतीसह आला तेव्हा मी त्याला तोंड देऊ शकलो. प्रत्येक वेळी मी जबरदस्त वेदना सहन करू शकलो.

कॅन्सरमधल्या वेदना वाईट असतात. हळूहळू, सतत तुमची साथ करणारी वेदना. दिवसामागून दिवस. शिवाय मळमळ, उलट्या आणि एकंदरीत आजारी असल्याची भावना. अंत नसलेली वेदना; पण तुम्ही हे सर्व सहन करू शकता. पुढे कितीही वाईट वाढून ठेवलेलं असलं तरी, हा कॅन्सरच तुम्हाला ते सहन करण्याचं बळ देतो. माझ्या बाबतीत हे घडलं. एवढेच नव्हे, तर कॅन्सर परत येऊ शकतो याबद्दलही माझ्या मनाची तयारी झाली... आणि परत येताना तो अधिक उग्र स्वरूप धारण करून येईल याचीही तयारी झाली.

कॅन्सर पुन:पुन्हा माझी परीक्षा घेत होता. तो परत येण्यामागं आधीच्या डॉक्टरांची चूक होती हेही तो मला सांगत होता. असंच झालं असं मी म्हणत नाही; पण आधीचे काही निर्णय चुकले असणार हेही खरं आहे आणि अशा एखाद्या चुकीमुळे आज तुमची ही परिस्थिती झाली आहे, हे स्वीकारणंही जड जातं.

त्यातच, तुम्ही एकाच वेळी अनेक गोष्टींना तोंड देत असता. भीती, वेदना, अनिश्चितता आणि जसजसं तुम्ही त्यांना तोंड देत जाता, तसतसे तुम्ही अधिक सक्षम आणि अधिकाधिक मुक्त होत जाता. कॅन्सरच्या संपूर्ण प्रवासात प्रत्येक वेळी माझं शरीर आणि मन पुढच्या स्टेजला तोंड देण्यात यशस्वी झाले आहे. आधीच्या पायरीवर असतानाच तुम्ही पुढच्या पायरीची तयारी केलेली असते. शेवटी भीती उरतच नाही, कारण तुमचा स्वत:वर विश्वास बसलेला असतो.

प्रत्येकाच्या वाट्याला कुठल्या ना कुठल्या प्रकारची वेदना येतेच. काहींच्या मते वेदना साक्षात्कारी ठरते. माझा अनुभव मात्र अगदी भूतलावरचाच आहे. वेदना आली की माझी गाडी थांबते. माझी सर्जनशीलता कमी होते. मला वेदना अजिबात आवडत नाही. एक आठवडा केमोथेरपी आणि एक आठवडा विश्रांती असा कार्यक्रम असायचा. विश्रांतीच्या आठवड्यात मी लिखाण आणि इतर कामं करू शकायचो.

वेदना जितक्या कमी करता येतील तितकं बरं. डेथ झोनमध्ये असताना कमीतकमी त्रासाचे, जास्तीतजास्त दिवस तुमच्या हाताशी असणं महत्त्वाचं असतं. तुमचे कुटुंबीय, मित्र-मैत्रिणी, आप्तेष्ट, पुस्तकं– जे जे तुम्हाला आवडत असेल ते ते करताना तुम्ही शक्य तितक्या आरामात असणं आवश्यक असतं.

मी तर लवकरात लवकर वेदनेचा नायनाट करण्याच्या प्रयत्नात असतो. ती असताना मी सृजनशील नसतो, मला माझे विचार नीट व्यक्त करता येत नाहीत आणि ती नातेसंबंधांच्याही आड येते. मी दु:खात असताना माझ्या पोरींनाही माझ्याशी धड संवाद साधता येत नाही. तिनं कसलाच फायदा होणार नसेल, तर वेदना काय कामाची?

नाही म्हणायला एक प्रसंग येऊन गेला जेव्हा मला वेदनेचा फायदा झाला. त्यावेळी इतकी वेदना मला आयुष्यात कधीही अनुभवायला मिळाली नाही. न्यूकासलमधलं ऑपरेशन नुकतंच झालं होतं. प्रचंड यातना होत असताना माझ्या मनात विचार आला– 'देवा! दु:ख, वेदना म्हणजे काय हे मला आता कळलं.'

मला जगाला सांगावंसं वाटलं– 'मला तुमच्या यातना, तुमचं दु:ख कळतंय.' सहवेदनेच्या जाणिवेचा हा संदेश मला सर्वांपर्यंत पोहोचवायचा होता.

कॅन्सरच्या दुसऱ्या पुनरागमनाच्या वेळी मला डॉक्टर मंडळी म्हणाली होती – 'हे पाहा, तुझ्या सात लिम्फनोड्सवर कॅन्सरनं ताबा मिळवलाय. हे बरं लक्षण नव्हे.'

'माझं भविष्य काय?' असं विचारल्यावर डॉक्टरांनी इकडचे कागद तिकडे केले. माझ्याकडे बघायचं टाळलं, तेव्हाच माझ्या मनात 'खेळ खलास' हा विचार आला. काय करावं हे सुचेना. मी हरवून गेलो. ध्येयहीन. दिशाहीन.

पण मला उद्दिष्ट सापडलं. सुरुवातीला 'आयुष्यातल्या या घटनेतून मी नेमकं काय उद्दिष्ट शोधू?' हेच उद्दिष्ट बनलं. प्रयोजन शोधणं हेच प्रयोजन बनलं.

मग तो भयंकर शुक्रवार उजाडला. 'तुमचा ट्यूमर मार्कर ५ टक्क्यांवरून ५८ टक्क्यांपर्यंत वाढलाय' असा हॉस्पिटलमधून फोन आला. आता मात्र खेळ संपला हे अगदी उघड होतं. काहीही झालं तरी मी यातून बाहेर येणार नव्हतो – याला मी प्रामाणिकपणा म्हणतो. च्यायला! प्रामाणिकपणावाचून पर्यायच नसतो.

एका वैराण रात्री गेल आणि मी स्कॅन रिपोर्टिंगच्या विभागात गेलो. अतिशय चांगले लोक होते ते; पण त्यांच्या बोलण्याचा मथितार्थ होता– 'तुमचा कॅन्सर आता शरीरात सगळीकडे पसरला आहे आणि तो तुमचा जीव घेणार आहे. तीन,

चार किंवा पाच महिन्यांत; पण तुम्ही मरणार हे निश्चित.' एक कठोर सत्य मला कळून चुकलं होतं.

जॉर्जिया म्हणाली की, कुठल्याही गोष्टीत एखादी तरी फट असतेच आणि अशा फटीतूनच प्रकाशाची तिरीप आत येते; पण इथं खरोखरच फट नव्हती. संपूर्ण, शुद्ध काळोख होता. मी केव्हाही काही बोलायला गेलो तर डॉक्टर माझ्या मृत्यूचाच पुनरुच्चार करत. चर्चा याच्या पुढे जात नसे.

गेल आणि मी एकमेकांकडे बघून रडायला लागलो. तासन्तास मी रडत होतो. हे रडू सुटका नसल्याचं होतं.

एका दिवसानंतर हा आवेग ओसरला. माझं मन एका वेगळ्याच पातळीवर जाऊन पोहोचलं. मी ज्या उद्दिष्टाच्या शोधात होतो ते मला गवसलं होतं. ते म्हणजे जेवढं शक्य असेल तेवढं प्रेम देणं. हे करणं मला भाग होतं. याबद्दल माझ्या मनात शंकेचा लवलेशही नव्हता. माझ्याकडे असलेल्या मर्यादित वेळेचा जास्तीतजास्त उपयोग करून मला माझं उद्दिष्ट साध्य करायचं होतं; त्यामुळे माझा मृत्यू हेच माझं जीवन बनलं!

पूर्वी कधी अनुभवली नव्हती एवढी उत्कटता माझ्या आयुष्यात आली. कधी नव्हती एवढी ऊर्जा माझ्यात संचारली.

या अवस्थेत माझी पत्नी आणि दोन्ही मुली माझ्या जवळ आहेत. आता मृत्यूनंच माझ्या जीवनाला आकार दिला आहे. असं नसतं, तर मी काय केलं असतं कुणास ठाऊक? मला कुटुंबाचं अस्तित्व हवंहवंसं वाटतं आणि आयुष्याला काहीतरी अर्थ असावा असंही वाटतं. शेवटी कुटुंब आणि 'अर्थ' हे दोन प्रवाह एकमेकांत मिसळून जातात. कुटुंबाच्या आधाराशिवाय मी या दिव्यातून जाऊच शकलो नसतो. किंबहुना कोणालाही कुटुंबाशिवाय अशा परिस्थितीला तोंड देता देणार नाही असं मला वाटतं.

मी पूर्णपणे माझ्या कुटुंबीयांवर अवलंबून आहे. मी त्यांना स्फूर्ती द्यायचा प्रयत्न करत असतो. त्यांना मार्गदर्शन करण्याचा प्रयत्न करतो. मी खचलेलो नाही असं दर्शवतो. मीच मरणार आहे; पण त्यांना पुढची वाट दाखवणं हे माझंच काम आहे.

ज्यांचा मृत्यू तीन महिन्यांवर आला आहे आणि जे आपल्या भावनांचा आणि विचारांचा अर्थ लावू पाहत आहेत, असे माझ्यासारखे फार लोक जगात नसतील. असा विचार करणारा आणि ते मांडू शकणारा मी एकमेव आहे, असा माझ्या म्हणण्याचा अर्थ नाहीये, पण मला एक अनोखी संधी मिळाली आहे, असं मी मानतो.

मला 'मरण' या गोष्टीबद्दल खूप बोलायचं आहे, लिहायचं आहे. मला हे खूप

महत्त्वाचं वाटतं. आपलं फार थोडं आयुष्य उरलंय हे माहीत असणं आणि त्याबद्दलचे आपले विचार नमूद करणं, हा एक विलक्षण अनुभव आहे.

मला आणखीही काही सांगायचंय. दीड महिन्याच्या आत मी मेलेलो असेन. त्या अगोदर मला प्रचंड भीती वाटणार आहे. हा न टाळता येणारा, भयाण अनुभव वेगाने माझ्या दिशेनं येतो आहे.

येणाऱ्या मृत्यूचा तुम्ही स्वीकार केला की भय लुप्त होतं, असं मी म्हटलं; पण ते एका मर्यादेपर्यंतच खरं आहे. एके दिवशी माझ्या रक्ताचा रिपोर्ट खराब आला. एकूणच माझे रिपोर्ट्स हवे तसे येत नव्हते आणि माझ्या मनात भीती निर्माण झाली. भविष्यकाळाकडे मी वेगानं खेचला जात होतो. माझ्याकडे फार वेळ नव्हता. कदाचित माझी रवानगी इथून 'हॉस्पिस'मध्ये होईल आणि तिथून मी जिवंत बाहेर येणार नाही.

हे सगळं मला जाणवत होतं आणि भीती वाटणं अगदी स्वाभाविक होतं. तुम्ही भीतीवर ताबा मिळवू शकता; पण प्रामाणिकपणे सांगायचं झालं तर तुम्ही तिचं उच्चाटन करू शकत नाही. तसं म्हणणं चूक ठरेल.

पण मी प्रत्येक वेळी म्हणत आलोय की जा, भीतीला सामोरं जा. ती तुमच्याकडे येण्यापेक्षा तुम्हीच तिचा वेध घ्या. बहुतेक वेळा अशानं काम होतं. तसं हे आवश्यकही असतं. तुम्ही भीतीच्या शोधात जितकं पुढे जाल, तितके तुम्ही भीतीवर ताबा मिळवण्यात यशस्वी व्हाल.

अर्थात यातला विरोधाभास उघडच आहे. मृत्यूमुळे आयुष्याची उत्कटता वाढते. डेथ झोनमध्ये वावरणाऱ्या प्रत्येकालाच हा अनुभव येतो. माझ्यासारख्या स्थितीत असलेल्यांशी मी सतत याविषयी बोलत असतो. मृत्यू आणि त्याच्याविषयीच्या भयामुळेच ही उत्कटता प्राप्त होते.

हा कळीचा मुद्दा आहे. मृत्यूच्या निश्चिततेशिवाय ही उत्कटता शक्य नसते. विशेषतः तुमच्या मृत्यूची 'घोषणा' केली जाते तेव्हा तर हे अगदीच लागू होतं – माझ्या बाबतीत घडलं तसं. अचानक तुमच्या लक्षात येतं की, बागेतून मारलेला साधा फेरफटका किंवा कलादालनात कॉफीचा आस्वाद घेत, एखादं कला प्रदर्शन बघताना तुम्ही अत्युच्च आनंदाचा अनुभव घेता. मृत्यूची निश्चिती असल्यानंच हा आनंद अनुभवणं शक्य होतं. अत्युच्च आनंद का? तर मी अजून मेलेलो नाहीये, म्हणून!

मध्यंतरी माझी एक रात्र अतिशय वाईट गेली. यापेक्षा वाईट जाणं शक्य नव्हतं. मी अतिशय दमलो होतो; रात्रभर मळमळ आणि उलट्या चालू होत्या. दहा वेळा बाथरूममध्ये जावं लागलं असेल. एकूणच अतिशय त्रास होत होता. मी असं

झगडत असताना गेल माझ्या सोबत राहिली.

सकाळी जेव्हा तिनं मला पाहिलं तेव्हा माझी तब्येत आणखी खालावल्याचं तिच्या लक्षात आलं. ती फक्त माझ्याकडे बघून हसली; पण त्यामध्ये इतकं मार्दव आणि प्रेम होतं की काय सांगू! ही कोमलता माझ्या कुठल्याही अपेक्षांच्या पलीकडची होती. मला कमालीचं सुरक्षित वाटलं. माझं घर हे माझ्यासाठी सर्वांत सुरक्षित ठिकाण असल्याची जाणीव झाली.

तिचं मार्दव हे संपूर्णपणे माझ्या मरण्याशी निगडित आहे, हेही मला जाणवलं. मृत्यू इतका समीप नसता तर हे अशक्य झालं असतं. मृत्यू हा कितीही क्रूर शत्रू असला तरी त्यात अशी ताकदही असते.

मी चक्क माझा मृत्यू 'एन्जॉय' करतोय. या सध्याच्या काळात जे समाधान मी अनुभवतोय, तितकं यापूर्वी कधीही माझ्या वाट्याला आलं नव्हतं. मला अत्यानंदाचे क्षण अनुभवायला मिळाले आहेत. माझ्या कुटुंबीयांबरोबर न भूतो न भविष्यति अशी जवळीक मला लाभली आहे. माझ्या आयुष्यातला सर्वांत उत्कट काळ आहे हा, हे अगदी निर्विवाद!

'तुम्ही मरणार आहात' असं तुम्हाला सांगितल्यावर तुमचं आनंद उपभोगणं का बरं थांबावं? ते थांबायचं काही एक कारण नाही. मृत्यूला अनेक पैलू असतात. तुम्हाला वाईट तर वाटतंच. मी बायको आणि मुलींना सोडून जाणार आहे. जॉर्जिया तर मला म्हणाली होती– 'बाबा, माझं लग्न होईल तेव्हा, माझं पहिलं बाळ जन्माला येईल तेव्हा मला तुम्ही जवळ हवे आहात.' ग्रेसही असंच काहीसं म्हणाली होती. 'माझ्या लेकींनो, माझा हा प्रवास माझ्या आयुष्यातला सर्वांत विलक्षण आणि रोमहर्षक प्रवास आहे हे मी तुम्हाला सांगू इच्छितो. तो लवकरच संपणार आहे याबद्दल खेद आहे, संपूर्ण काळ मी तुमच्या समवेत घालवू इच्छितो किंबहुना मला निरंतर तुमच्या बरोबरच राहायचंय. ते शक्य नाही हे मला ठाऊक आहे; पण तसं असायला हवं होतं ही मनापासूनची इच्छा आहे. तुमच्या आयुष्याला तर आता कुठे सुरुवात होत आहे. मी जे थोडंसं तुम्हाला दिलंय् त्याहून कितीतरी भव्य आणि विलक्षण तुम्ही घडवणार आहात!'

मृत्यूमुळे तुम्हाला अपूर्ण असल्याची अतिशय दुःखद भावना होते; पण यात आमूलाग्र परिवर्तन करण्याची शक्तीही दडलेली असते. हे परिवर्तन, हा बदल उत्कंठावर्धक असतो. यातला सर्वांत महत्त्वाचा पैलू कोणता हे सांगणं अवघड आहे, हे मी मान्य करतो; पण मी ठामपणे सांगेन की, गेल्या पाच वर्षांमध्ये अनुभवले नव्हते एवढे आनंदाचे क्षण मी गेल्या पाच महिन्यांत अनुभवले आहेत. अत्युच्च आनंदाचे क्षणही कधी नव्हे इतके मला मिळाले आहेत. मला आतूनच अतिशय शांत वाटत आहे.

डेथ झोनमध्ये तराजूचं पारडं कधी यातना तर कधी लाभाच्या बाजूला झुकतं. माझ्यापुरतं बोलायचं झालं तर, लाभाचं पारडंच जड आहे असं मला निश्चितपणे वाटतं.

मृत्यूच्या छायेतला हा काळ इतका विलक्षण आणि महत्त्वाचा का म्हणायचा? कारण तुम्हाला कृतार्थ वाटण्याची, समाधान मिळवण्याची संधी आणि शक्यता याच काळात मिळते. तुम्ही हा काळ आनंदात घालवू शकता का? होय! तुम्ही आनंदात घालवावा का? होय शक्य असल्यास... जरूर!

मी माझ्या आयुष्यातल्या या टप्प्याला समर्थपणे सामोरं जाऊ शकलो ते केवळ मला एवढ्यांची मदत लाभली म्हणून! कॅन्सर, मृत्यू, ऑपरेशन, केमोथेरपी या सगळ्याच गोष्टी भीतिदायक असतात. यांचा सामना करणं कठीण असतं; पण शेवटी आपल्या प्रत्येकात याला सामोरं जायचं बळ हे असतंच.

ज्या क्षणी कॅन्सरचं निदान झालं त्याच क्षणी मी निर्णय घेतला की आपले अनुभव लोकांपर्यंत पोहोचवायचे. किंबहुना ते माझं कर्तव्य आहे असं मला वाटलं. जमेल तेवढं लोकांना सांगायचा माझा निर्णय पक्का होता आणि त्याप्रमाणे मी केलंही.

मृत्यूविषयी अनेक गैरसमज आहेत; ते तसे पसरवले गेले आहेत. या चुकीच्या कल्पना दूर करण्याचा माझा प्रयत्न आहे. मी आयुष्यात राजकारणाविषयी असलेल्या चुकीच्या संकल्पना बदलायचा प्रयत्न केला, त्याचप्रमाणे मृत्यूविषयीचे मतही मी बदलू इच्छितो. लोकांना मृत्यूबद्दल आजवर जे सांगितलं गेलंय ते, आणि वस्तुस्थिती यामध्ये खूप तफावत आहे.

आयुष्य काही सरळ रेषेत जात नसतं. तुम्ही एखादा मार्ग निवडता. त्या मार्गावरून जात असताना काहीतरी शिकता आणि तुमच्यात बदल होतो. मग कदाचित तुम्ही दुसरी वाट धुंडाळता, तिथं काहीतरी शिकायला मिळतं. असा प्रवास चालू असतो.

मी जाहिरात क्षेत्रात काम करत होतो; ते मला आवडायचं. त्यानंतर मी राजकारणात होतो, जे मला अधिकच रुचलं. मधल्या काळात अनेक बदलांनंतर मी कॅन्सरच्या जगतात प्रवेश केला. हेही एक जबरदस्त ठिकाण आहे. माझ्या लिखाणामुळे हे जग लोकांना थोडं जास्त कळेल अशी मला आशा आहे. आता मी मृत्यूच्या परिघात आलो आहे– डेथ झोन. याबद्दलही लोकांना जाणून घ्यायचं आहे असं मला वाटतं.

मी गोष्टी जरा जास्तच ताणल्या आहेत असं मला वाटतं. या काळात मी गेल,

माझ्या मुली आणि जवळच्या नातेवाइकांकडे म्हणावं तितकं लक्ष दिलं नाही. पुस्तक पूर्ण करण्यावरच मी जास्त भर देत राहिलो.

स्वत:च्या आयुष्याबद्दल जे उद्दिष्ट मला गवसलं होतं, त्याच्या बळावर सर्वांना सोबत घेऊन पुढे जायचं, असं मी ठरवलं होतं; पण असं करताना मी निश्चितपणे काही रेषा ओलांडल्या ही तक्रार रास्त आहे. मीच या सीमा ओलांडून पुढे जायचा निर्णय घेतला. कदाचित विवेक सोडून मी पुढे गेलो. मी जे केलं ते अनेकांना पटणार नाही हे मला ठाऊक आहे.

या विषयावर मी जे जे लिहिलं ते गेलनं काळजीपूर्वक वाचून काढलं आहे. ग्रेस आणि जॉर्जियानंही वाचलं आहे; पण इथं निर्णय घेणारा मी आहे. दुसरं कोणी नाही. असं म्हणणं म्हणजे नम्रतेचा अभाव, नव्हे थोडा उद्दामपणा आहे.

जे सत्य आहे ते मी मांडावं, असंच मला अनेकांनी सांगितलं. डॉक्टर्स, सर्जन्स– सर्वांचं एकच म्हणणं– 'कृपा करून खरं काय ते सांग.' विशेषत: माझ्या ऑपरेशनबद्दल; त्यामुळे हा जो प्रपंच मी मांडलाय, ते योग्यच केलं असं मला वाटतं. मी बऱ्यापैकी काळजीपूर्वक हे केलंय आणि तशी वेळ आली तर मी पुन्हा असंच करेन याची मला खात्री आहे.

माझ्या या विचारसरणीचे आणि कृतीचे खूप फायदे आहेत. विशेषत: गेलला तर हे नक्कीच फायदेशीर ठरलं आहे. पूर्वी ती कॅन्सर आणि मृत्यूविषयी कोणाशीही बोलायची नाही; पण आता कॅन्सरविषयी जास्तीतजास्त माहिती, जास्तीतजास्त लोकांपर्यंत पोहोचवली पाहिजे, असं तिला वाटतं.

मुली आता अस्वस्थ होऊ लागल्या आहेत. कधीकधी बारीकसारीक निमित्तानं त्यांची चिडचिड होते. मृत्यू म्हणजे एक प्रकारे 'त्याग करणं' असतं. कोणी आपल्याला एकटं सोडून निघून जाणार असलं तर दु:ख आणि राग या दोन्ही भावना मनात येणं स्वाभाविक आहे. हे मला समजतंय; पण तरीही मुलींना या सगळ्यातून काहीतरी चांगलं हाती लागलं आहे. मी जे काही बोलतोय आणि लिहिलंय, ते आम्हा सर्वांसाठी खूप महत्त्वाचं आहे. हे करत असताना मी नर्व्हस होतो; मला पुन:पुन्हा असं करता येईलसं वाटत नाही; पण हे जमेल तितकं आणि जमेल तोवर चालू ठेवण्याबाबत मी ठाम आहे.

तुम्ही बदलणं, विकसित होणं, 'उत्क्रांत' होणं आणि या सगळ्यांतून माणूस म्हणून बदलणं हा जीवनाचा गाभा आहे. आयुष्य म्हणजे तुम्ही काहीतरी 'करणं.'

माझ्या आताच्या स्थितीपेक्षा अकस्मात आलेला मृत्यू बरा असं मला अजिबात

वाटत नाही. असा मृत्यू आला तर चांगलंच; त्यानं बरीचशी वेदना कमी होईल; पण या किरकोळ फायद्याच्या मानानं तुमचा मृत्यू तुम्हाला निश्चित ज्ञात असणं आणि त्यामुळे तुमच्या हातून कृती होणं हे कित्येक पटींनी महत्त्वाचं आणि फायदेशीर आहे असं मला वाटतं.

तुमचं आयुष्य जेव्हा काही महिन्यांत किंवा दिवसांत मोजलं जातं तेव्हा तुम्हाला उपलब्ध असलेल्या काळात तुमचे नातेसंबंध पूर्णत्वाला न्यायची अनोखी संधी तुम्हाला मिळते. अशी संधी म्हणजे मृत्यूनं तुम्हाला दिलेला सर्वांत मौल्यवान आहेरच मानावा लागेल. तुम्ही जर मृत्यूचा स्वीकार केलात, तर सुरुवातीच्या शोकानंतर तुम्ही एका उंच पातळीवर पोहोचलेले असाल आणि कृतार्थतेच्या भावनेनं तुमचं आयुष्य भरून जाईल. जर तुम्ही मृत्यूच्या नजरेला नजर भिडवून त्याला सामोरं गेलात आणि तुमची नाती सिद्धीस नेलीत, तर ही प्रक्रिया 'निवारक' (हीलिंग) ठरते.

माझ्या साठ वर्षांच्या आयुष्यात मी जे जे काही केलं त्या सगळ्याला मला गेल्या काही आठवड्यांत सामोरं जावं लागलं आहे. त्या सगळ्याचा अर्थ लावणं महत्त्वाचं आहे. तुमच्या भूतकाळाशी समेट करण्याची प्रक्रिया 'अक्रिय' (पॅसिव्ह) नसून सक्रिय असते.

तुमच्या दीर्घ आयुष्यातल्या सर्व नातेसंबंधांचे आणि अनुभवांचे प्रवाह एकत्र येत असतात. प्रत्येक गोष्टीचा अर्थ लावून, तिची मोजदाद करून ताळमेळ साधल्यानं तुम्हाला कृतार्थ वाटू शकतं. इथं तुम्ही झेप घेत असता आणि एक माणूस म्हणून वाढता असता. कधी नव्हे इतकी जोरदार वाढ मी अनुभवतोय.

या सर्व उमगण्यानं तुमचं 'असणं' एका वेगळ्या पातळीवर पोहोचतं. आपण सगळेच काळाला 'एकघाती' (लिनिअर) मानतो. म्हणजेच, एकापोठापाठ एक घडणाऱ्या घटना; पण काळाचा हा झाला एक पैलू. मला मात्र आता 'काळ' ही गुंतागुंतीची गोष्ट वाटते.

रूढ अर्थानं काळाचा विचार करून मला आता काय उपयोग आहे? सहा महिने काय आणि नऊ महिने काय, माझ्या दृष्टीनं सारखेच; त्यामुळे जगाचा अर्थ लावण्याचा प्रयत्न करताना आता मी 'काळा'ची फुटपट्टी लावत नाही. त्याऐवजी मी भावभावना आणि नात्यागोत्यांच्या परिभाषेत साऱ्याचा अर्थ लावायचा प्रयत्न करतोय.

मी आता नातेसंबंध, भावना आणि बदलांच्या भल्या मोठ्या पोतडीच्या माध्यमातून जगाकडे बघतोय. माझ्या बाबतीत सगळ्या गोष्टी आता एकदम घडताहेत. जेव्हा मी रूढ परिमाण लावून माझ्या उरलेल्या आयुष्याकडे दिवसांच्या

किंवा तासांच्या हिशेबानं पाहातो तेव्हा हमखास आपटी खातो. कारण या परिमाणांच्या पलीकडे मी मृत असणार आहे!

म्हणून मी देवाची संकल्पना, देवत्व, अध्यात्म, भावनिक देवाण-घेवाण अशा बहुपदरी संकल्पनांचा विचार करतो. माझ्या भविष्यात आता फक्त पोकळी आहे; त्यामुळे मी माझा प्रवाह इथं आणि वर्तमानाकडे वळवला आहे. सर्व विचार, कल्पना आणि भावना या सांप्रत वर्तमानाभोवती फिरत आहेत.

अर्थात अगदी थोड्या वेळापुरतं मी भविष्याकडे बघू शकतो. या आठवड्यात मी येणाऱ्या प्रत्येक दिवसाची वाट पाहिली आहे. या आठवड्यात प्रत्येक दिवस हा आदल्या दिवसापेक्षा चांगला ठरला आहे. प्रत्येक क्षणच आधीच्या क्षणापेक्षा अधिक चांगला गेला आहे.

मी फक्त आशावादावर जगतोय. येणारे दिवस वाईट असणार हे मला ठाऊक आहे. जगणं अवघड होणार हेही मला कळतंय. पोटात काहीतरी भयंकर घडणारे क्षण मी अनुभवणार आहे आणि कायकाय घडणार आहे, देव जाणे! हे सगळं मला ठाऊक आहे.

पण तरी आता आहे यापेक्षा माझं आयुष्य चांगलं असू शकणार नाही. आता वाटतंय त्यापेक्षा मला आणखी बरं वाटणार नाहीये; पण माझ्यावर प्रेम करणाऱ्या, माझी काळजी घेणाऱ्या लोकांचं आयुष्य अधिक चांगलं होईल हे मला माहीत आहे. ते मी नाकारत नाहीये; पण माझ्यापुरतं बोलायचं तर हा काळ जितका वाईट आहे, तितकाच सर्वोत्तमही आहे.

एवढा सगळा ऊहापोह केल्यावर हे विचारणंही सयुक्तिक आहे– 'समजा, जादूची कांडी फिरवून मला ठोठावला गेलेला मृत्युदंड अचानक रद्द झाला तर मी काय करेन?' डेथ झोनमध्ये मी जे जे मिळवलंय त्याचा त्याग करून त्याऐवजी मी जिवंत राहणं पत्करेन का, याचं उत्तर देणं अवघड आहे.

गेल आणि माझ्या दोन पोरींसाठी मृत्युदंड रद्द करण्याची ऑफर मला स्वीकारावी लागेल. माझ्या कुटुंबीयांना माझ्याबरोबर जास्त वेळ हवा आहे हे मला समजतंय; पण मनानं मी आज ज्या स्थानावर आहे तीच माझ्यासाठी योग्य जागा आहे असं मला वाटतं. जमल्यास याच मन:स्थितीत मला मरण हवं आहे. कॅन्सर होण्याअगोदरच्या फिलिपपेक्षा आजचा मी, माणूस म्हणून अधिक चांगला आहे असं मला वाटतंय. निदान असावा अशी इच्छा आहे!

माझा जन्म यासाठीच झाला आहे. माझ्या उदाहरणावरून मला लोकांचं आयुष्यही बदलायचं आहे.

माझ्या सध्याच्या आयुष्याबद्दल मी समाधानी आहे. कोणतीही घालमेल नाहीये.

अर्थात ही प्रक्रिया भीतिदायक आहेच; पण भयाचा सामना करून त्याच्या पलीकडे जाणं शक्य असतं हेही खरं आहे. तुम्ही खरोखरच एका वेगळ्या ठिकाणी जाता.

आगामी चार आठवड्यांत माझ्या बाबतीत जे जे वाईट घडणार आहे, त्यापेक्षा कितीतरी जास्त मी गेल्या चार वर्षांत भोगलं आहे. येणाऱ्या अडचणी पार करणं अवघड असणार आहे, त्यात काहीतरी उदात्त असणार आहे. हा उदात्तपणा धार्मिक अर्थानं उदात्त असेल असं नाही; पण जे घडेल त्यात उदात्तपणाचा गुणधर्म, किंवा अंश निश्चित असेल.

मला अतिशय शांत वाटतंय. कोणतीही उलघाल होत नाहीये. जितका चांगला असू शकतो तितका या गेल्या काही आठवड्यांचा माझा अनुभव आहे. मी डेथ झोनमध्ये शिरल्यावर हेच माझ्या आयुष्याचं वैशिष्ट्य ठरलं आहे.

थडग्याच्या दिशेने

ऑपरेशननंतर मी न्यूकासलमध्ये जेव्हा बरा होत होतो, तेव्हा माझ्या थडग्याच्या जागेबद्दल मी पुन्हा विचार करू लागलो. हायगेट सिमेटरीला फोन करून त्यांच्याकडे काही प्लॉट्स आहेत का, याची मी चौकशी केली. त्यांच्याकडे काही शिल्लक होते आणि अधिक चौकशीसाठी त्यांनी मला एका माणसाचं नाव सांगितलं. नंतरच्या गडबडीत हे मी विसरून गेलो.

पण आता माझा मृत्यू जवळ येऊन ठेपलाय असं मला सांगितलं गेल्यावर, मला वरील प्रसंगाची आठवण झाली. दिलेल्या नंबरला मी फोन केला. मला ज्याचं नाव सांगितलं गेलं होतं, त्या माणसानं नोकरी सोडली होती; पण त्याच्या जागी आलेल्या माणसानं माझं काम करायचं मान्य केलं.

'माझं नाव व्हिक्टर– मी इथला थडगं खणणारा आहे,' असं त्यानं मला सांगितलं. मी जेव्हा व्हिक्टरला भेटलो, तेव्हा तो माझ्या अपेक्षेप्रमाणेच साडेसहा फूट उंच आणि एका खांद्यावर फावडं घेतलेला धिप्पाड मनुष्य निघाला.

मरायला टेकलेल्या आणि लवकरच मरू घातलेल्या माझ्यासारख्या अनेकांशी व्हिक्टर हरमनचा रोजच संबंध येतो. तो 'सेक्सटन' आहे. तो गेली बावीस वर्षं हायगेटमध्ये काम करत असला, तरी त्याच्या दहा वर्षं आधीच त्यानं पहिलं थडगं खणलं होतं; तेव्हा तो चौदा वर्षे वयाचा होता. त्याचे वडीलही तिथं अनेक वर्षं प्रमुख 'ग्रेव्ह-डिगर' म्हणून काम करायचे. एकूणच हरमन कुटुंबाचा या ठिकाणाशी पूर्वापार संबंध होता.

व्हिक्टर, गेल आणि मी– आम्ही तिघांनी एक-दोन वेळा हायगेट स्मशान भूमीचा फेरफटका केला. अधूनमधून व्हिक्टर एखादी जागा दाखवायचा; पण ती माझ्या पसंतीला येत नसे.

मला जरा मोठी जागा हवी होती. अशी जागा जिथं माझे कुटुंबीय आणि मित्रपरिवार एकत्र जमू शकतील. म्हणून मला तिथल्या नेहमीच्या प्लॉटपेक्षा वेगळं काहीतरी हवं होतं.

व्हिक्टर दिसायला महाकाय असला तरी, अतिशय मार्दवाने तो मृत्युसारख्या विषयावर बोलतो. गेलला तर त्यानं सुरेख दिलासा दिला. हा त्याच्या अनुभवाचा भागही असणार. एकूणच आमची सकाळ चांगल्या प्रकारे कामी आली. मला पुरण्याची जागा आम्ही निश्चित केली.

प्रत्यक्षात जागा पक्की करणं माझ्या दृष्टीनं महत्त्वाचं पाऊल होतं. एकतर इथं येऊन माझे हयात असलेले आप्तेष्ट माझ्या 'संपर्कात' राहू शकतील. माझ्या मुलींसाठी हे खूपच चांगलं असेल. मी परलोकातलं जीवन कुठं घालवणार आहे, हे आधी पाहून ठेवणं मलाही योग्य वाटलं. या जागी मी लोकांना भेटू शकणार आहे. फक्त आप्तेष्ट कशाला? स्मशानात अनेक अनोळखी लोक वावरतील. फिरताफिरता माझ्या कबरीपाशी येतील. एकूणच ही जागा इहलोक आणि मृत्युलोक या दोहोंकरिता भेटण्याची जागा होईल. हे खूप 'रोमॅन्टिक' वाटेल हे मला मान्य आहे; पण जिवंत आणि मृत लोक दोन्हीही आपल्या आयुष्याचा भाग असतात. मी इथंच असणार आहे ही जाणीव अतिशय दिलासा देणारी आहे. 'देवा, मी या जागी येणार आहे या गोष्टीनं मला खरोखर मनापासून आनंद होतोय,' असं त्या सकाळी मी मनाशी म्हटलं. मृत्यूकडे वेगळ्या नजरेनं बघण्याच्या संकल्पनेचा हा छोटासा विजयच म्हणावा लागेल.

जसजसा मृत्यू जवळ येत चाललाय तसातसा माझ्यावरचा ताणही वाढतोय; पण त्याचबरोबर आनंदही वाढतोय. अनेक अनपेक्षित गोष्टी घडू लागल्या आहेत. योगायोग जुळून येत आहेत. मी ज्या जगात प्रवेश केला आहे, ते मला वाटलं होतं त्यापेक्षा वेगळं आहे. जास्त चांगलं आहे. इथलं वास्तव, इथले नियम वेगळे आहेत.

माझ्या कबरीची जागा पक्की करणं ही विशेष घटना होती. इथं मी माझा फोटो काढून घेतला. आज मी जिवंत आहे; पण काही दिवसांनी मरणार आहे. या जाणिवेनं माझ्यात एक वेगळंच बळ आलं. पूर्वी न जाणवलेले अनेक परस्परसंबंध माझ्यासमोर खुले झाल्यासारखे वाटले.

त्या सकाळी मी मृतांच्या जागी आहे असं मला मुळीच वाटलं नाही. ही जागा ऊर्जा नसलेली, अस्ताकडे चाललेली जागा वाटली नाही. उलट हेही जीवन आहे असं मला वाटलं. आपण जे आहोत त्यापासून वेगळं काहीतरी होणं म्हणजे मृत्यू.

काल माझ्या मुलींबरोबर मी मस्त सहलीला जाऊन आलो. खरं म्हणजे

सुरुवात तितकीशी आल्हाददायक नव्हती. मला अजिबात बरं वाटत नव्हतं; त्यामुळे आम्ही सगळेच जरा नकोशा मन:स्थितीत निघालो; पण गाडी जशी लंडनपासून दूर जाऊ लागली तसा आमचा मूड बदलला.

माझं बालपण जिथंजिथं गेलं होतं त्या सर्व जागा आम्ही पालथ्या घातल्या. प्रत्येक महत्त्वाची जागा आम्ही पाहिली– माझी शाळा, आमचं लहानपणीचं घर, मी फुटबॉल खेळायचो ते क्रीडांगण. सर्व काही पाहिलं. आमचं घर एका सुंदर कालव्याच्या किनारी होतं. अजूनही ती जागा तितकीच सुंदर आहे.

मग आम्ही माझ्या आई-वडिलांच्या कबरींपाशी गेलो. त्यांची आठवण झाली नाही असा एकही दिवस आजपर्यंत गेला नाही, हे मी जॉर्जिया आणि ग्रेसला सांगितलं.

या प्रत्येक जागेतून माझ्या या प्रवासाला ऊर्जा मिळत गेली. ही भावना जागेगणिक वाढत गेली. दिवस मावळायला आला तेव्हा आम्ही सगळे आनंदात न्हाऊन निघालो होतो. एक कुटुंब म्हणून आम्ही आनंद अनुभवत होतो. शेवटी जॉर्जिया म्हणाली– 'हा सर्वांत पर्फेक्ट दिवस होता.'

किती गंमत आहे. या अगोदरचे दोन दिवस माझी परिस्थिती अतिशय वाईट होती. मला पुन्हा एकदा जाणवलं, मी कॅन्सरमुळे लवकरच मरणार आहे हे जर माहीत नसतं, तर हा दिवस इतका आनंदात गेलाच नसता.

माझ्या मुलींना आणि मलाही ठाऊक आहे की मी लवकरच मरणार आहे. खरंतर आज आम्ही भूतकाळात जो फेरफटका मारून आलो, तसं करणं म्हणजे अस्वस्थपणाला आमंत्रण; पण केवळ माझ्या मृत्यूचा निश्चिततेमुळेच आम्ही अशा प्रवासाचं धारिष्ट्य करू शकलो.

मृत्यूमुळे जीवनाला अर्थ प्राप्त होतो. यात तुम्ही जर नजीकच्या काळात मरणार असाल तर उरलेल्या आयुष्याला जास्तच उत्कटता प्राप्त होते. जीवन कल्पनातीत मौल्यवान बनतं. केवळ तुमचे थोडेच दिवस शिल्लक असतात म्हणून नव्हे, तर या काळातले अनुभव तुम्हाला परिपूर्ण असल्याचं जाणवतं म्हणून. हे अनुभव तुमचं आयुष्य व्यापणारे आणि उजळून टाकणारे ठरतात. माझ्या खोलीत नेहमीपेक्षा जास्त रेणू वावरताहेत असं मला वाटतंय. मरण सगळ्यांच्या वाट्याला येणार आहे; पण माझ्या वाट्याला आताच आलंय.

आणखी काही दिवस गेले. पुन्हा एकदा आम्ही लंडनबाहेर पडून मोकळ्या हवेत फेरफटका मारायला गेलो होतो. केमोथेरपीच्या पुढच्या फेरीअगोदर साऱ्या कुटुंबानं काही काळ एकत्र घालवावा हा आमचा हेतू होता. आठवड्याच्या अखेरीस मला दम लागायला सुरुवात झाली. जिना चढून गेलं किंवा भरभर हालचाल केली

तरी धाप लागायची.

मंगळवारी केमोसाठी मी हॉस्पिटलमध्ये दाखल होणारच होतो, म्हणून या धाप लागण्याबद्दल आम्ही काहीच केलं नाही. तिथल्या नर्सेसनं माझ्याकडे एक नजर टाकली आणि मला केमोथेरपीकडे न नेता, तडक एक्स-रे आणि इतर काही तपासण्यांकरिता नेण्यात आलं.

चाचण्यांचे निकाल हाती आले. माझ्या फुप्फुसांना सूज आली होती आणि धोकादायक पातळीचं इन्फेक्शनही झालं होतं. यामुळेच मला धाप लागत होती. आता उपचारांपुढे माझ्या शरीराचा निभाव लागणार नाही, हे स्पष्ट होतं.

गुरुवार, ३ नोव्हेंबर. आपल्या ताफ्याला खोलीबाहेर ठेवून कनिंगहॅम एकटेच मला भेटायला आत येतात. चालू असलेल्या उपचारांचा, विशेषत: 'स्टेरॉइड' जातीच्या औषधांचा अपेक्षित परिणाम होत नसल्याचं ते मला सांगतात. माझे रक्ताचे काही रिपोर्ट्स ठीक आहेत, काही अजिबात ठीक नाहीत.

वाइटात वाईट काय होईल असं मी विचारतो.

तीन ते पाच दिवस, ते म्हणतात.

चांगल्यात चांगलं काय होऊ शकतं?

तीन ते चार आठवडे.

यापूर्वी कॅन्सरविषयीचं निदान ऐकताना, 'तू अजून तीन महिन्यांचा सोबती आहेस' या माहितीने सर्वाधिक धक्का बसला होता. आता हे तीन दिवसांचं नवं वेळापत्रक म्हणजे पुन्हा एक मोठा टप्पा, अत्यंत विलक्षण आणि पूर्ण समाधान देणारा ठरू शकतो. तिचं म्हणणं बरोबर आहे याची मला खात्री आहे. मृत्यूच्या अस्तित्वामुळे प्रत्येकाच्या जीवनाला एका प्रकारचं 'क्रिएटिव्ह टेन्शन' प्राप्त होतं; पण डेथ झोनमध्ये प्रवेश केल्यावर एकतर तुम्हाला असाधारण शक्यता खुल्या होतील किंवा तुम्ही दबून जाल.

मृत्यूपूर्वीचा हा काळ निदान माझ्या आयुष्यातला सर्वांत महत्त्वाचा, सर्वांत स्फूर्तिदायक आणि प्रचंड समाधान मिळवून देणारा काळ ठरला आहे. या डेथ झोनमध्ये 'काळा'च्या रूढ संकल्पनेला काहीच अर्थ उरत नाही. तुम्ही तुमच्या भावना, प्रेम आणि अनुकंपारूपी होकायंत्र वापरून वाट शोधत असता.

'मृत्यू' अशी पाटी लावलेलं दार आता मला समोर दिसतंय. त्याच्या पलीकडे कदाचित कल्पनातीत वाईट गोष्टी असू शकतील; पण जे सर्वांत उत्तम तेच तिथं असेल असा विश्वास मला वाटतो.

जग बदलायला चार दिवस उरले

जॉर्जिया गूल्ड

मंगळवारी बाबा मार्सडेनमध्ये गेले ती शेवटची वेळ. तिथं त्यांची नेहमीची केमोथेरपी घेण्यासाठीच ते गेले होते. कोणतीही इमर्जन्सी नव्हती.

त्यांची खालावत जाणारी प्रकृती, एकमेकांचा निरोप घेणं, हॉस्पिटलची सोय करणं या सगळ्या गोष्टींची तयारी खूप काळ आम्ही करत होतो. कॅन्सरबरोबर आम्ही एवढा वेळ घालवला आहे की त्यांचं खंगत जाणं, मध्येच तब्येत आणखी ढासळणं, शरीर कृश होणं, त्वचा कोरडी पडून तिची सालपटं निघणं याची आम्हाला आता सवय झाली होती. ही सगळी मृत्यू जवळ येत असल्याची लक्षणं नव्हती. कॅन्सरच्या उपचारांचा; त्यामुळे होणाऱ्या विपरीत परिणामांचाच हा एक भाग होता.

अर्थात सगळ्याचं अंतिम फलित काय हे आम्हाला ठाऊक होतं. त्यांचा कॅन्सर त्यांना थेट मृत्यू दाखवणार होता. प्रा. कनिंगहॅम यांनी भाकीत केलेल्या तीन महिन्यांच्या उर्वरित आयुष्यातल्या दुसऱ्या महिन्यात आम्ही होतो. बाबांचा मृत्यू आमच्या जीवनाचा एक भाग बनून गेला होता. हायगेट सिमेटरीला जाऊन येणं, अंत्यसंस्कारांबद्दल ऊहापोह करणं आणि या पुस्तकाच्या मरणोत्तर प्रकाशनाविषयी चर्चा हा नित्याचा भाग झाला होता; पण मला तरी मृत्यूपासून आम्ही एक पाऊल दूर आहोत असं वाटत होतं. बाबा इथं आमच्यातच होते. या चर्चेत उत्साहाने भाग घेणारे. जिवंत होते माझे बाबा.

कायम सत्याला सामोरं जाणाऱ्या माझ्या बाबांनादेखील कधीकधी वस्तुस्थितीचं विस्मरण व्हायचं. मला आठवतंय, एकदा ते बुटांच्या नवीन जोडाकडे कौतुकानं बघत म्हणाले होते– 'माझ्या अंत्ययात्रेला हे बूट मला चांगले दिसतील नाही!' नंतर

त्यांच्या लक्षात आलं की ते अंत्ययात्रेला नसतीलच - निदान बुटांचा विचार करावा अशा स्थितीत तर नक्कीच नसतील. 'मी मरणाची एवढी जय्यत तयारी केली आहे की समजा, मी मेलोच नाही तर काय करायचं यासंबंधी मला काहीतरी निश्चित आराखडा तयार केला पाहिजे' असा विनोदही ते करत.

तुमच्या समोर जर उत्साहानं ओतप्रोत भरलेली, विनोदबुद्धी असलेली आणि विवेकी विचारांची व्यक्ती असेल तर, तिचं खंगत जाणारं शरीर तुमच्या चटकन लक्षात येत नाही. जिवंत असणं आणि मरणं यामध्ये असलेलं जमीन-आसमानाचं अंतर समजत नाही. एखादी गोष्ट माहीत असणं आणि ती स्वीकारणं यात खूपच फरक असतो. बाबा आम्हा बहिणींच्या मनाची तयारी करण्याचा आटोकाट प्रयत्न करत होते. उपलब्ध असलेल्या वेळेचं मोल काय, हे आमच्यापेक्षा त्यांनाच जास्त ठाऊक होतं. आमच्या दोघींच्या भावी आयुष्यात मार्गक्रमण करायला आम्हाला जे जे लागेल, ते पुरवण्याचा सर्वतोपरी प्रयत्न ते करत होते. इतकंच नव्हे तर जे प्रश्न आमच्या मनातही आले नव्हते, त्यांची उत्तरंही बाबा देत होते.

ते हॉस्पिटलमध्ये दाखल व्हायच्या आधीच्या गुरुवारी त्यांनी ब्रूकवूडला आमची सहल ठरवली होती. ते तिथं लहानाचे मोठे झाले होते. माझ्या दृष्टीनं तो दिवस अगदी परिपूर्ण ठरला.

त्या अगोदरची अख्खी रात्र मी एक रिपोर्ट तयार करत बसले होते. माझी बहीण ग्रेसदेखील तिच्या कामाच्या तणावाखाली होती; पण बाबांचं म्हणणं होतं की एकत्र जाण्याची अशी संधी पुन्हा मिळणार नाही म्हणून आम्ही निघालो. आई बरोबर नसल्यामुळे बाबांनी गाडी मागवली होती, कारण आमच्या घरात फक्त तिलाच कार चालवता येते. बाबांना खूप मळमळत होतं. आम्हाला वाटेत दोनदा उलटं फिरून औषधाकरिता घरी यावं लागलं; पण सकाळी औषधं पोटात ढकलून बाबा कसेबसे स्थिरस्थावर झाले.

नोव्हेंबरमधील पूर्णपणे अनपेक्षित अशी सुंदर, ऊन असलेली ती सकाळ होती. आम्ही अगोदर वोकिंगमध्ये आजी-आजोबांची कबर बघायला गेलो. यापूर्वीही मी खूपदा बाबांबरोबर तिथे गेले आहे. 'आई-वडील सतत माझ्या सोबत असतात.' असं बाबा नेहमी म्हणत.

स्मशानभूमी अतिशय सुरेख स्थितीत होती. शरद ऋतूचे रंग उन्हात चमकत होते. तिथल्या जादुई वातावरणात अतिशय शांत वाटत होतं. आजी-आजोबांना पुरलं होतं ती जागा पुढची पंचवीस वर्षं त्यांच्याचसाठी राखून ठेवण्याकरिता बाबांनी तिथल्या तिथं शुल्क भरून टाकलं. त्यांच्या डोक्यावरचं एक ओझंही कमी झालं. त्यांची निगा राखण्याची बाबांकरिता शेवटची वेळ होती.

आम्ही बाबांच्या स्थितीबद्दल ज्या सहजतेनं बोलत होतो, ते पाहून तिथली रिसेप्शनिस्ट आश्चर्यचकित झाल्याचं मला चांगलं आठवतंय. आमच्या बालपणीच्या मांजराच्या अस्थी आणि राख बाबांच्या कबरीजवळ पसरवून टाकाव्यात असं मी एकदा सुचवलं होतं. बाबांना मजा वाटली होती; पण ग्रेस रागावली म्हटल्यावर मी गप्प बसले होते. इथं बाबा त्या रिसेप्शनिस्टला म्हणाले– 'इथं तुम्ही लोकांना आपल्या पाळीव प्राण्यांच्या अस्थी आणि राख बगीच्यात पसरू देता का? कारण मी आता जगाला रामराम ठोकण्याच्या बेतात आहे आणि जॉर्जियाला माझ्या आणि तिच्या मांजराच्या अस्थी एकत्र करायच्या आहेत.' रिसेप्शनिस्टनं या प्रश्नाला 'नाही' असं उत्तर दिलं. पाठीमागच्या बाजूला असलेल्या वेटिंग रूममध्ये जाऊन आम्ही बसावं असं तिनं सूचित केलं – हे वेडपट कुटुंब तिला लवकरात लवकर बाहेर काढायचं असणार! वेटिंग रूममध्ये बसल्यावर हसून हसून आमच्या डोळ्यांतून पाणी वाहायला लागलं.

'मी खूप आनंदात आहे,' असं बाबा सारखं म्हणायचे. त्या दिवशी आमच्या नात्यामध्ये एक वेगळी ऊर्जा आणि शक्ती आल्याचं त्यांना जाणवलं आणि त्यांच्या पश्चात आम्ही समर्थपणे आमच्या पायावर उभं राहू असा विश्वास त्यांना वाटला. पण त्या वेळी मला असं काही वाटलं नव्हतं. मी त्यांना जमेल तितके प्रश्न विचारत होते, एवढंच!

बाबा त्यांच्या लहानपणी जिथं राहायचे त्या रस्त्यावरून आम्ही गाडी नेली. त्या काळी त्यांनी लेबर पार्टीची शाखा सुरू केली. सुरुवातीला फारसे सभासद न मिळाल्यामुळे माझ्या आजोबांनी स्वत:चं नाव नोंदवलं– तेवढाच एक सभासद जास्त! बाबा पुढे सांगत होते... त्या सर्व रस्त्यांवरून ते दारोदार फिरत असत. त्यांचा जीव की प्राण असलेली लेबर पार्टी, लोकांच्या अपेक्षा आणि आकांक्षा पूर्ण करत नसल्यामुळे बाबा फार हताश होत.

पुढे साहित्यामुळे त्यांच्यापुढे एक अधिक विस्तीर्ण जग खुलं झालं. कुठल्याशा आंतरिक अस्वस्थतेमुळे सोळाव्या वर्षी त्यांनी वोकिंग सोडलं. त्यांच्या गत आयुष्यातला प्रत्येक बारकावा आम्हाला समजला पाहिजे, असा त्यांचा सतत प्रयत्न चालला होता. आम्हाला समजली, उमगली नाही अशी एकही गोष्ट त्यांना शिल्लक ठेवायची नव्हती.

लहानपणी ते घरोघरी वर्तमानपत्र टाकायचं काम करायचे. रोजच्या फेरीत त्यांना ओलांडावी लागणारी टेकडी, ती चढताना होणारी दमछाक; नंतर उन्हाळ्याच्या सुटीत ज्या बांधकामावर ते काम करत ती जागा, असं सर्व काही त्यांनी आम्हाला

दाखवलं. शिवाय ते कधीकधी एकटेच जवळच्या जंगलात फिरायला जायचे ते जंगल आणि मासे पकडायला जायचे ती नदीवरची जागाही आम्ही पाहिली. इथं स्वत:च्या विचारात मश्गूल होता होता त्यांना शांत वाटायचं. आम्ही फिरता फिरता हवा बदलली. माझे आजोबा ज्या प्राथमिक शाळेचे हेडमास्तर होते, त्या नॅपहिल स्कूलला आम्ही पोहोचेपर्यंत पाऊस कोसळू लागला होता; पण पावसातही आम्हाला उतरवून त्यांनी सगळी शाळा दाखविली, 'आई काय म्हणेल?' या आमच्या प्रश्नाकडे त्यांनी साफ दुर्लक्ष केलं.

आजोबांना त्या भागातल्या सामान्य पोरांबद्दल खूप कळवळा होता. त्या बिचाऱ्या पोरांसाठी पोहायचा तलाव मंजूर करून घेण्यासाठी आजोबा कसे लढले हे बाबांनी आम्हाला सांगितलं. त्यांना अभ्यासात फारशी गती नव्हती म्हणे! दहा वर्षांचे असताना जी 'इलेव्हन-प्लस' परीक्षा द्यावी लागते, त्या पेपरच्या वेळी बाबा इतके घाबरले होते की त्यांना धड काही लिहिताच आलं नव्हतं; त्यामुळे या परीक्षेत कमी मार्क मिळालेल्या इतर मुलांबरोबर त्यांना 'सेकंडरी मॉडर्न' या सत्तर सालच्या आसपासपर्यंत रूढ असलेल्या माध्यमिक शाळेत जावं लागलं असं ते म्हणाले.

आम्ही भावी स्मृतींसाठी अनेक फोटो काढले. एका पबमध्ये जेवायला गेलो. तिथं बाबा जेमतेम दोन चमचे सूप प्यायले पण आम्ही मात्र भरपेट जेवावं, असा त्यांचा आग्रह होता. आम्ही दोघी तिथं खात असताना ते ज्या कौतुकानं आमच्याकडे पाहात होते ती प्रतिमा माझ्या मनात अगदी ताजी आहे.

हे झालं गुरुवारी. सोमवार उजाडेपर्यंत त्यांना श्वास घेणं अवघड झालं होतं. त्यांना यापूर्वी कधी अशी धाप लागली नसल्यानं आम्ही सगळेच काळजीत होतो. आई तर जास्त चिंतेत होती. एखादं वाईट घडणार असेल तर आईच्या ते चट्कन लक्षात येतं. बाबांना होणाऱ्या वेदना, वाटणारी भीती आणि मनातले अनेक राक्षस, रात्र झाली की जागे होतात.

मंगळवारी केमोथेरपीचं सत्र ठरलेलं होतं. बाबांची प्रकृती पाहून आईनं अगोदरच त्यांच्या नकळत हॉस्पिटलला फोन केला आणि जास्तीच्या तपासण्या करण्याची विनंती केली. मंगळवारी सकाळी आई-बाबा दोघेही टेन्स होते. मलाही दिवसभर काहीतरी वाईट घडणार अशा भावनेनं ग्रासलं होतं.

दुपारी चार वाजता मी एका मीटिंगमध्ये असताना मला आईचा टेक्स्ट मेसेज मिळाला - 'बाबांना थोडा न्यूमोनिया झालाय; पण बाकी ठीक आहे.' कुठल्याही वाईट बातमीत वीस टक्के जास्तीचं गृहीत धरायचं हे मी आई-बाबांकडूनच शिकले

आहे; त्यामुळे मी सरळ टॅक्सीत बसून हॉस्पिटल गाठलं.

तिथं पोहोचले तेव्हा वातावरण तंग होतं. आई-बाबा दोघंही घाबरलेले दिसत होते; पण एकमेकांना धीर देण्याकरिता त्यांनी उसनं अवसान आणलं होतं. बाबा नेहमीप्रमाणे थट्टा-मस्करी करत करत माझी चौकशी करत होते. त्यांनी मला मान चोळून द्यायला सांगितलं. मला ही वादळापूर्वीची शांतता वाटली.

अपेक्षेप्रमाणे वादळ येऊन धडकलं. कामाची पाळी संपवून घरी जाता जाता एक डॉक्टरीण बाबांच्या स्कॅनचे रिपोर्ट घेऊन आली. बाबांना फुप्फुसांचं इन्फेक्शन झालं होतं आणि ते बऱ्यापैकी पसरलं होतं. अर्थात ही मंडळी लढा द्यायचा प्रयत्न करतच होती.

ती आमच्या नजरेला नजर देत नव्हती, त्यावरून आणि त्यांच्या आवाजावरून आमच्या लक्षात आलं की परिस्थिती गंभीर आहे.

'जीवन-मरणाचा प्रश्न आहे का?' बाबांनी शांतपणे विचारलं

'होय.'

'आज रात्रीच घडू शकतं का?'

'होय.'

आमच्या पायाखालची जमीनच सरकली.

गेल्या रविवारीच आम्ही पुढच्या काही आठवड्यांकरिता मनसुबे रचत होतो. बाबा ख्रिसमसला आमच्यात असतील का, असा विचारही तेव्हा मनात आला होता; पण गोष्टी इतक्या झटपट पुढे जातील असं मुळीच वाटलं नव्हतं.

बाबांना तर अजिबात याची अपेक्षा नव्हती. त्यांना अजून कितीतरी गोष्टी करायच्या होत्या. अनेक लोकांना भेटणं बाकी होतं, पुस्तक लिहून संपवायचं होतं – अशा साऱ्या गोष्टींची जंत्री त्यांच्या डोळ्यांसमोर सरकत असणार. भेदरलेल्या अवस्थेत बाबांचा श्वास जास्त-जास्त जलद होऊ लागला.

त्या सकाळी केमोथेरपीसाठी बाबा हॉस्पिटलमध्ये गेले तेव्हाच त्यांना धाप लागली होती. या अवस्थेत हॉस्पिटलमध्ये भरती होणं बहुतेकांना अपरिहार्य असतं असं नंतर डॉक्टर आम्हाला म्हणाले. ही सगळी लक्षणं म्हणजे त्याचीच पुढची पायरी होती. 'प्रा. कनिंगहॅमना घेऊन ये,' असं बाबा आईला म्हणाले. त्यांचा आवाज ओढलेला होता. माझा मेंदू जणू शरीरापासून अलग झाल्यासारखा होता. मी धड कनिंगहॅमचा नंबरही शोधू शकत नव्हते असं मला आठवतंय.

प्रा. कनिंगहॅमनंही स्कॅन बघितला होता. परिस्थिती खूप वाईट असल्याचं ते आईला म्हणाले. 'मुलींना बोलावून घ्या. कदाचित आज रात्रीच ...' आई खोलीतून बाहेर गेली तेव्हा बाबांना कळून चुकलं होतं की आता सारं संपलंय, तसं त्यांनी

मला बोलूनही दाखवलं.

ते सैरभैर झालेलं मन शांत करण्याचा प्रयत्न करत होते; पण ते काही हाती लागत नव्हतं. या इसोफॅजियल कॅन्सरनं मृत्यू येताना त्यांना सर्वांत जास्त भीती वाटायची ती श्वास कोंडण्याची. आईशी बोलताना ते याचा उल्लेख करत. त्यांना बंद जागांची, बुडण्याची, श्वास घेता न येण्याची पहिल्यापासूनच भीती वाटत आली आहे. धाप लागण्याचा संबंध ते आजोबा गेले तेव्हा त्यांच्या छातीच्या घरघरीशी लावत आणि बाबा नेमकं ज्या प्रकारच्या मरणाला घाबरत होते, तेच त्यांच्या नशिबी आहे असं त्या भयंकर क्षणी मला वाटून गेलं.

मार्सडेनच्या 'इन्टेंसिव्ह केअर'चे प्रमुख डॉ. क्रेग कार आम्हाला भेटायला आले. ज्यांच्याकडे नुसतं पाहिलं तरी धीर मिळतो आणि शांत वाटतं, अशा डॉक्टरांपैकी ते होते. आमच्यातल्या आमच्यात बोलताना आम्ही त्यांना 'स्मायलिंग बुद्धा' म्हणत असू. बाबांची प्रकृती गंभीर असल्याचा त्यांनी पुनरुच्चार केला.

त्यांनी आमच्यापुढे तीन पर्याय मांडले. पहिला - काहीही करायचं नाही. यामुळे बाबांनी आजची रात्रही पार केली नसती, हे उघड होतं. दुसरा पर्याय म्हणजे एकीकडे इन्फेक्शनशी झुंजत राहायचं आणि बाबांना श्वास नीट घेता यावा म्हणून 'ऑक्सिजन हेल्मेट' लावायचं. तिसरा पर्याय म्हणजे त्यांना 'लाइफ सपोर्ट मशीन'वर ठेवायचं; पण या मशीनपासून ते बहुधा कधीच अलग होऊ शकले नसते.

स्वत:च्या भवितव्याची काही सूत्रं तरी हाती असल्यामुळे बाबा आता बरेच शांत झाले होते. त्यांना जगायचं असलं तरी वाटेल ती किंमत मोजून नव्हे; त्यामुळे तिसरा पर्याय बाद होता. अतिवेदनेत आणि अस्वस्थ अवस्थेत मृत्यू येऊ नये, ही इच्छा त्यांनी डॉ. कारना बोलून दाखवली. इन्टेंसिव्ह केअरमध्ये सगळी व्यवस्था लावण्याकरिता डॉ. कार गेले. कोणीतरी येऊन लवकरच बाबांना तिथं हलवणार होतं. आईने टेक्स्ट मेसेज करून ग्रेसला ताबडतोब बोलावणं धाडलं. ती यायला निघालेलीच होती. ती आली तेव्हा चेहरा ओढलेला; तिला फारसं बोलावसंही वाटत नव्हतं. खोलीतलं टेन्शन आणि दबाव तिला जाणवला असं ती नंतर मला म्हणाली.

बाबांना आमच्यापैकी प्रत्येकीशी एकट्यानं बोलायचं होतं. ग्रेस त्यांना सारखं 'घाबरू नका' असं सांगत होती. ते मी घाबरलो नाही असं तिला म्हणाले; पण डोळे वेगळं दर्शवत होते. त्यांनी पुरेसं काम केलंय, पुरेसं लिखाण केलंय असं मी त्यांना म्हणाले. इथून पुढची वाट आम्ही समर्थपणे चालू. माझं त्यांच्यावर किती प्रेम आहे हे सांगायचा मी प्रयत्न करत होते; पण मला योग्य शब्दच सापडले नाहीत.

मला हे सगळं अशा पद्धतीनं व्हायला नको होतं. माझी अजून तयारी झाली

नव्हती. त्यांचीही नव्हती. मला त्यांना अजून कितीतरी गोष्टी सांगायच्या होत्या. त्यांच्याविषयी वाटणाऱ्या प्रेमाच्या अपार शक्तीला शब्दांत मांडायचं होतं. बोलायचं काहीही शिल्लक ठेवायचं नव्हतं; पण हे सगळं फार वेगानं होत होतं. आणखी थोडातरी वेळ असता तर?

आय.सी.यू.चे लोक येऊन बाबांना व्हील-चेअरमधून घेऊन गेले. आम्ही जिन्यानं वर जाऊन नातेवाइकांसाठी असलेल्या खोलीत जाऊन बसलो. ग्रेसनं सर्वांसाठी गरम कोको तयार केला. कोणीच फारसं बोललं नाही.

थोड्या वेळानं नर्सने आम्हाला बोलावलं. बाबा एका छोट्या खोलीच्या मध्यभागी असलेल्या कॉटवर पडले होते. वर, खाली अनेक प्रकारची यंत्रसामग्री होती. त्यांच्या डोक्यावर जाड, पारदर्शक प्लॅस्टिकचं हेल्मेट होतं. हे टोपडं एका ऑक्सिजन यंत्राला जोडलेलं होतं. त्यातून योग्य त्या दाबानं त्यांना ऑक्सिजन मिळत होता.

खरंतर बाबांचा अवतार एखाद्या कॉमिकमधल्या पात्रासारखा होता. आम्हाला सगळ्यांनाच हसू फुटलं; त्यामुळे टेन्शन थोडं कमी झालं. बाबा स्वत: कुठल्याही परिस्थितीत विनोदबुद्धी शाबूत ठेवून कसलीही थट्टा-मस्करी करायचे; त्यामुळे त्यांच्या अंत्यसमयी अशा प्रकारची कॉमिक यंत्रसामग्री त्यांच्या भोवती असणं हे योग्यच होतं. हेल्मेट सतत घालायचं होतं; पण पाणी देण्यासाठी किंवा चेहरा पुसण्यासाठी त्याला छोटंसं 'झाकण' होतं.

बाबांची खोली इन्फेक्शन होऊ शकणाऱ्या किंवा गंभीर स्वरूपाचं इन्फेक्शन झालेल्या रुग्णांसाठी राखीव ठेवलेल्या प्रायव्हेट रूम्सपैकी एक होती. खोलीत अगदी जरुरीपुरतं सामान होतं. पाठीमागे दोन खिडक्या, दोन खुर्च्या आणि एक सिंक. बाबांचं तोंड या गोष्टींच्या विरुद्ध दिशेला होतं. बाबांच्या कॉटच्यावर आणि नर्सेससमोर एक, अशा दोन मॉनिटर्सवर बाबांचा श्वासोच्छ्वास, नाडीचे ठोके, ब्लडप्रेशर यांसारखी महत्त्वाची माहिती सतत दिसत होती. या खोलीत बसल्यावर चिंता कमी व्हायची– एक नर्स सतत तिथं असे; शिवाय त्यांना वेळोवेळी दिल्या जाणाऱ्या औषधांकरिता नळ्याही जागच्या जागी होत्या.

बाबांची आधीची अवस्था (भेदरलेले, धाप लागलेले) भीतिदायक होती, त्यामानानं आय.सी.यू. सुरक्षित वाटत होतं. त्यांचा श्वासोच्छ्वास आता स्थिरावला होता. मध्यरात्रीच्या सुमारास डॉ. कार त्यांना पाहून गेले. 'रात्रभर तग धरतील' असं सांगून गेले. जसा बाबांचा श्वास नीट सुरू झाला, तसे ते शांत झाले.

आईला व्यवस्थित झोप मिळावी, असा बाबांचा आग्रह होता. गेले काही दिवस

आई रात्रभर जागीच असायची; पण बाबांना एकटं राहायचं नसावं असं मला वाटलं, म्हणून 'मी हॉस्पिटलमध्येच राहीन,' असं मी त्यांना सांगितलं. आईला आणि ग्रेसला मुळीच परत जायचं नव्हतं; पण मी बळेच त्यांना बाहेर काढलं. मी तिथंच झोपेन, फार तर त्यांनी सकाळी लवकर यावं.

मी बाबांबरोबर बसले. आम्ही 'रिअल-क्लिअर-पॉलिटिक्स' या संकेतस्थळावर गेलो. यापूर्वी हजारो वेळा केली होती त्याप्रमाणे आताही रिपब्लिकन उमेदवाराच्या नामांकनाबद्दल चर्चा केली. यापूर्वी अनेक वेळा रात्री उशिरा, वेदनांचा विसर पडावा म्हणून बाबा टीव्हीवर 'सीएसआय' बघायचे. तो मी चालू केला. आम्हा तिघींना हा कार्यक्रम अजिबात आवडत नसे. या स्थितीतही बाबांनी मला टी.व्ही. ॲडजस्ट करायला उठवलं. त्यांना वाटलं की मला नीट दिसत नसेल. ग्रेसचाही हाच अनुभव होता असं तिनं नंतर मला सांगितलं. म्हटलं तर हा प्रसंग किरकोळ होता; पण यातून बाबांचा स्वभाव दिसून येतो. स्वत: कितीही त्रासात असले तरी बारीकसारीक गोष्टीतही दुसऱ्यांचा विचार करणं.

शेवटी पहाटे पहाटे त्यांना झोपावंसं वाटू लागलं. मी टॅक्सी करून घरी निघाले. रस्ताभर रडू आवरत नव्हतं.

बुधवार, २ नोव्हेंबर

आईला एकटीला बाबांशी काहीतरी बोलायचं होतं, म्हणून मी दोन-एक तास झोपले. मला आदल्या रात्रीची भीतिदायक आठवण झाली. म्हणून सातच्या सुमारास जाग येताच मी हॉस्पिटलला फोन केला. बाबा ठीक असल्याचं नर्सनं सांगितलं. आठच्या सुमारास ग्रेस आणि मी हॉस्पिटलला जायला निघालो. वाटेत आईसाठी न्याहरी म्हणून कॉफी आणि पॉरिज घेतलं. शिवाय बाबांसाठी कॅन्सरविषयक पुस्तकं, काही गोष्टी, त्यांचा लॅपटॉप हेही बरोबर घेतलं. अशा प्रकारे 'मला अमुक हवंय, तमुक घेऊन ये' अशा सूचनांची मालिका सुरू झाली. वेगवेगळ्या वस्तूंनी बाबांची खोली भरून गेली. या निर्जंतुक, हॉस्पिटलच्या खोलीला अचानक 'घर'पण लाभलं. आमच्यासाठी भेटण्याच्या वेळेची बंधनं नव्हती. आम्ही कोणीही, पाहिजे तेव्हा येत-जात असू. मेडिकल टीमही आम्हाला हॉस्पिटलचा भाग असल्यासारखं वागवत होती. माणूस कुठल्याही नवीन परिस्थितीत किती चट्‌कन जुळवून घेतो! हॉस्पिटलची दिनचर्या सांभाळण्यातही एक प्रकारचा निवांतपणा होता. एकूण स्थिती 'नॉर्मल' असल्यासारखं वाटत होतं.

बाबांची तब्येतही बऱ्यापैकी 'स्थिर' होती. पुढचे पाच दिवस तरी धोका टळल्याचं डॉ. कारनी आम्हाला सांगितलं. इन्फेक्शन माघार घेतंय की नाही, हे एका आठवड्यानं सांगता येणार होतं. जर का ते आटोक्यात आलं तर बाबांचं

आयुष्य काही आठवडे तरी लांबणार होतं. 'मी एक आठवडा जगेन अशी तुम्ही 'गॅरण्टी' देणार का, असं विचारल्यावर डॉ. कारनी नकारार्थी मान हलवली; पण 'माझ्या कुटुंबीयांची जशी काळजी घेतली असती, तशी तुमची घेईन,' अशी ग्वाही त्यांनी दिली. डॉ कारनी शब्द पाळला.

म्हणजे आशेला जागा होती; पण नंतर आई म्हणाली तसं, खरंतर आशा वाटण्यासारखी परिस्थिती नव्हतीच. आता जरी बाबा इन्फेक्शनमधून बचावले, तरी ते पुन्हा डोकं वर काढणारच होतं. या आय.सी.यू.तून बाबा बरे होऊन बाहेर पडतील असं आम्हाला कोणालाच वाटल नव्हतं. बाबांना तर नाहीच नाही.

बुधवारी सकाळी ॲलस्टेअर कॅम्पबेल भेटायला आले. रात्रभर ते फोनवरून आईच्या संपर्कात होते; त्यामुळे बाबांना बसलेलं आणि थट्टा-मस्करी करताना पाहून त्यांना धक्काच बसला. आदल्या रात्री आम्ही मृत्यूच्या किती जवळ जाऊन आलो होतो हे समजावून सांगणं अवघड होतं.

खूप विचित्र वाटतं होतं. बाबा तिथं बसून फ्रान्स, फुटबॉल, राजकारण, ॲलस्टेअरची मुलं अशा सगळ्यांबद्दल गप्पा मारत होते. ॲलस्टेअरला म्हणाले, 'तुला एखाद्या अदृश्य बुडबुड्यात राहायला आवडेल, असं तू नेहमी म्हणायचास; पण मी तर आता खऱ्या बुडबुड्यात आहे.' ॲलस्टेअर त्या रात्री एका 'क्विझ'मध्ये सहभागी होणार होते. त्यातले काही प्रश्न त्यांनी आम्हाला विचारले. जेम्स हा नर्सही यात सहभागी झाला. हे पाहून आम्ही घरातल्या बैठकीच्या खोलीत बसून गप्पा मारतोय असं पाहणाऱ्याला वाटलं असतं. घरी गेल्यावर ॲलस्टेअरनं डायरीमध्ये नोंद केली :

पी.जी. अजूनही आपल्यात आहे. आय.सी.यू. खाट क्र. १० वर तो होता. गेल आणि मुलीही सोबत होत्या. जेम्स हा उत्तम नर्स, नॉर्विच संघाचा चाहता आहे. पी.जी.चं डोकं एका प्लॅस्टिकच्या 'बबल'मध्ये आहे; यानं त्याला श्वास घेणं सोपं जातंय. त्याच्या एका हातात आणि दंडात अनेक नळ्या घातलेल्या आहेत; पण मी अपेक्षा केली त्यापेक्षा त्याची स्थिती खूप बरी आहे. तो बडबड करतोय, थट्टा-मस्करी चालू आहे. हालचाल केली नाही आणि धाप लागली नाही तर तो ठीक असतो. पुन्हा माझ्याशी असं वागू नकोस, मी म्हणालो. कसं? जिवंत असताना मेला आहेस असं भासवणं; पण त्याच्या पोरी जेव्हा चहा आणायला गेल्या, तेव्हा तो म्हणाला की तो दिवसांच्या भाषेत विचार करतोय आठवड्यांच्या नव्हे. मी तासभर बसलो होतो; त्यात काही वेळा हा मरणार नाही असंच वाटलं. नेहमीच्या गप्पा असाव्यात असं; पण मी तिथून परतल्यावर, अनेक वेळा वाटून गेलं होतं ते

वाटलं – ही शेवटची भेट तर नव्हती ना? घरी आल्यावर मी थोडं काम केलं, ग्रीसबद्दल 'ब्लॉगिंग' केलं, सायकल चालवली; पण त्याच्याबद्दलच्या काळजीनं बेचैन होतो. मी 'पोर्टलॅण्ड पब क्विझ'चा यजमान होतो; तो कार्यक्रम व्यवस्थित पार पडला आणि मला बरं वाटलं पण परतीच्या वाटेवर पुन्हा नकोसं वाटत होतं.

ॲलस्टेअर गेल्यावर आम्ही सगळे पुन्हा गप्पा मारू लागलो. हास्यविनोद चालू होते. त्या वेळी कधी नव्हतो इतके आम्ही एकमेकांच्या जवळ आलो. बाबा सारखं म्हणत होते– 'आपलं कुटुंब एकदम मस्त आहे.' आम्हा सगळ्यांकडे बघून दिलखुलास हसत होते. असं सगळ्यांनी एकत्र असणं त्यांना खूप आवडायचं.

या सगळ्यामागं आईचा हात होता. तिच्यात प्रचंड ताकद सामावलेली आहे. बाबांच्या आजारपणात तिच्यातला हा गुण कामी आला. ग्रेसला आणि मला तिच्या अपार प्रेमाचा आधार मिळाला. बाबांसाठीही ती आधारस्तंभ होती. बाबा जसे खंगत गेले तसं ती त्यांचे हातपाय बनली. ती खोलीत असली तरच बाबा शांत असायचे. डॉक्टरांशी बोलणं असो किंवा दुसरं काहीही; आईशिवाय त्यांचं पान हलायचं नाही. बाबांविषयीच्या प्रेमामुळे आईत ही असाधारण शक्ती संचारली असावी; पण असं असतानाच दुसरीकडे मात्र ती कधी नव्हे इतकी ग्रेस आणि माझ्यावर अवलंबून राहात होती. आम्ही सगळे पूर्णपणे एक बनलो होतो.

माझ्या मते बाबा दोन पातळ्यांवर वावरत होते. आत, खोल कुठंतरी ते नव्या परिस्थितीशी जुळवून घेण्याच्या प्रयत्नात होते; पण त्याखेरीज खंगत जाणारं शरीर आणि औषधांमुळे काहीसं बधिर झालेल्या मनाशी ते झगडत होते. ते थोडे एक्साइट झाल्यासारखे होते आणि त्यांची काही वक्तव्यं आमची हसूनहसून मुरकुंडी वळवत. एका बुधवारी ते फुटबॉलच्या भाषेत बोलू लागले. आमच्याकडे पाहून म्हणाले– 'पाहा, इथं नवीन युनिट आहे. 'थ्री जी.' 'माझी छोटी ग्रेसी आहे लेफ्ट बॅक; जॉर्जिया आहे बॉबी मूर आणि टीमची सर्वेसर्वा आई म्हणजे ॲलेक्स फर्गसन.'

आई-बाबांना थोडावेळ एकत्र मिळावा म्हणून ग्रेस आणि मी बाहेर पडलो. हॉस्पिटलच्या बाहेर आम्हाला उघड्यावर पडल्यासारखं वाटलं. आम्ही थोडी सूशी खाल्ली, बाबांसाठी एक खेळातला सिंह घेतला आणि 'डॅडी ऑफ ऑल डॅडीज' असं लिहिलेलं भेटकार्ड घेतलं. त्यांच्या न वापरलेल्या वस्तूंमध्ये आणखी एक भर म्हणून एक डिक्टाफोनही विकत घेतला.

मला आठवतंय की त्या संध्याकाळी मी जाहीर करून टाकलं होतं– 'आज

माझ्या आयुष्यातला सर्वांत आनंदाचा दिवस आहे.' आई, ग्रेस वगैरे माझ्याकडे बघायला लागले. मला वेड लागलं होतं की काय? पण नाही. हे खरं होतं.

आम्ही भीतीचं शिखर गाठून परतीच्या मार्गावर होतो. तुमच्या मरणाची निश्चित तारीख जर तुम्हाला दिली गेली असेल, तर 'काळ' ही संकल्पना निरर्थक बनते असं बाबा गेले काही दिवस म्हणत होते. 'उद्या काय करायचं' हे ठरवणं बंद झाल्यावर तुम्ही प्रत्येक क्षण वेगळ्या पद्धतीनं जगता. 'क्षण' हेच तुमचं जीवन बनतं.

पण बाबांचा हा विचार आम्हाला लागू नव्हता. आम्ही त्यांच्या पश्चात कसं जगणार हा प्रश्न आम्हाला भेडसावत होता. आगामी निवडणूक प्रचारात ते नसतील, माझे मित्र त्यांना भेटणार नाहीत. आम्हा बहिणींची मुलं बघायला ते नसतील... पण त्या मंगळवारी रात्री आम्हा सगळ्यांना मृत्यूचं जे दर्शन घडलं, त्यानं सगळंच पालटून गेलं.

ते शेवटचे काही दिवस संपता संपत नव्हते. प्रत्येक संभाषणाला, प्रत्येक स्मितहास्याला वेगळं महत्त्व प्राप्त झालं होतं. मी अति दुःख आणि अति आनंद असं एकदम अनुभवत होते. हे शेवटचे दिवस असे वाट्याला येणं बाबांना आणि मला भाग्याचं लक्षण वाटत होतं. त्यांच्या हाताशी असलेला उरलेला वेळ पुरेसा आहे असा त्यांचा अंदाज होता. काय करायला पुरेसा? तर सर्वांचा व्यवस्थित निरोप घ्यायला, पुस्तकाचं काम पुरं करायला आणि एकूणच सगळ्याची नीट व्यवस्था लावायला.

ते 'स्ट्रॅटेजिस्ट' होते; म्हणजे डावपेच रचणारे. स्वतःच्या मृत्यूवर, नियतीवर त्यांना नियंत्रण हवं होतं. त्यांच्या आजाराबद्दल जमेल तेवढी माहिती त्यांनी आत्मसात केली होती. त्यांना वस्तुस्थितीकडे पाठ फिरवायची नव्हती. ते जागरूकपणे स्वतःच्या तब्येतीकडे बघत, डॉक्टरांना प्रश्न विचारून परिस्थितीचं विश्लेषण, आणि पुनर्विश्लेषण करत होते. शेवटच्या काही दिवसांत तर चाचण्यांमधल्या आकडेवारीवर त्यांची तीक्ष्ण नजर होती. निवडणुकीच्या 'एक्झिट पोल'प्रमाणे 'आजचे आकडे काय?' असं ते सतत विचारत होते.

त्यांना मरायचं नव्हतं यात मुळीच शंका नाही. त्यांना खूप काही करायचं होतं, खूप काही द्यायचं होतं. त्यांचं जगण्यावर मनापासून, गाढ प्रेम होतं. त्यांच्या अंत्यसंस्काराच्या वेळी मी अमेलिया जोसेफाइन बरनं शब्दबद्ध केलेल्या 'अ साँग ऑफ लिव्हिंग'मधल्या काही ओळी वाचणार होते – 'बिकॉज आय हॅव लव्ह्ड लाइफ, आय शूड हॅव नो सॉरो टु डाय' – 'मी आयुष्यावर प्रेम केलं आहे; त्यामुळे मला मरण्याचं दुःख नाही'... या ओळी म्हणजे माझे बाबा!

आपल्याकडे जगाला देण्यासारखं जे असतं ते सर्व देऊन झालेला माणूस समाधानाच्या भावनेनं मृत्यूला सामोरा जाऊ शकतो. हा शांतपणा किंवा एक प्रकारचा निवांतपणा बाबांच्या बाबतीत नव्हता. त्यांनी डेथ झोनमधली उत्कटता अनुभवली होती; कारण त्यांनी जीवनावर प्रेम केलं होतं. उरल्यासुरल्या आयुष्यातही काहीतरी चांगलं आणि महत्त्वपूर्ण करून, मृत्यूला तोंड देण्याचं सामर्थ्य त्यांना प्राप्त होत होतं. आमच्याकडे बघून ते म्हणाले होते – 'मुलींनो, जग बदलायला माझ्याकडे चार दिवस शिल्लक आहेत. चार दिवसांत खूप काही करता येऊ शकतं.'

त्या रात्री बाबा खूप दमले होते; पण अकराच्या सुमारास ते आनंदाने झोपी गेले. त्यानंतर आम्ही तिघी बाहेर पडलो. घर रितं वाटत होतं. आम्हाला झोप लागणं अवघड गेलं.

गुरुवार, ३ नोव्हेंबर

आज ग्रेस आणि आई सकाळीच हॉस्पिटमध्ये गेल्या. ग्रेसला दोन तासांनी कामाला जायचं होतं. मॅथ्यू फ्रॉइड आणि प्रा. कनिंगहॅम बाबांना भेटायला येणार होते. मी थोड्या उशिरानं पोहोचले तेव्हा आई तिच्या 'ब्लॅकबेरी' फोनवरून काम करण्यात गर्क होती होती. बाबा थकून विश्रांती घेत होते. बाबा विश्रांती घेत असताना, वेळात वेळ काढून आई ऑफिसचं काम करत राहायची. एकीकडे तिचं वैयक्तिक आयुष्य कोलमडून पडत असतानाच ती ऑफिसच्या कामात कुठेही कमी पडत नव्हती.

मॅथ्यूबरोबर खूप वेळ बोलणं झाल्यानं बाबांना बरं वाटलं होतं. ते त्यांना कुटुंबापैकीच एक मानत असत.

बाबांना पडू लागलेल्या स्वप्नांवरून त्यांना मृत्यू जवळ आल्याचं कळलं होतं, असं ते प्रा. कनिंगहॅमना म्हणाल्याचं आई मला सांगत होती. अत्यंत असाधारण आणि उत्कट स्वप्नं होती ती; यापूर्वी कधीही न दिसलेली. त्या स्वप्नांमध्ये त्यांना भन्नाट वैभव दिसत असे– विविध प्रकारच्या रंगांनी, चित्रांनी, इमारतींनी आणि वस्त्रालंकारांनी समृद्ध असं सुंदर शहर -मधूनच मिट्ट काळोख; मृत्यू त्यांना बोलावतोय असा बाबांना भास व्हायचा.

मी स्थानिक वर्तमानपत्राकरिता लिहिलेला एक लेख घेऊन आले तेव्हा बाबा खूश झाले. ते आमचे 'चाहते' होते. सतत आमच्या कर्तृत्वाचं कौतुक करत. कधी अपयश आलंच तर 'शिकण्याचा एक भाग' म्हणून त्याकडे दुर्लक्ष करत. तो लेख

नीट वाचायला त्यांना चाळीस मिनिटं लागली. तोपर्यंत, मशीनवर असूनही त्यांना धाप लागू लागली. आम्ही त्यांना न बोलण्याची विनंती केली; पण ते कसले ऐकतात?

'ही माझी मुलगी आणि हा लेख तिनं लिहिलाय बरं का!' असं येईल त्याला सांगत सुटले.

त्यांना बिछान्यावरून खुर्चीत बसवायला नर्सेस खोलीत आल्या, तशी मी बाहेर आले. नंतर, एक छान विनोद केला म्हणून अभिमानानं मला सांगू लागले. उठून बबल हेल्मेट घालता घालता, 'वन स्मॉल स्टेप फॉर मॅन,' असं उद्गारले होते. चंद्रावर पहिलं पाऊल ठेवलेल्या नील आर्मस्ट्राँग या अंतराळवीराच्या या ऐतिहासिक शब्दांचा असा वापर केल्याने बाबा स्वत:वरच खूश होते. त्यांच्या शेवटच्या दिवसांत त्यांच्या थट्टामस्करीनं आम्हा सर्वांचा मूड चांगला राहायला खूप मदत झाली. त्यांच्यातल्या चैतन्यानं अतीव वेदनेवर मात केली.

आईला एका मीटिंगला जायचं असल्यानं दोन तास बाबांबरोबर मी एकटी होते. त्यांच्या हेल्मेटमधून हवा सारखी बाहेर जात होती आणि त्यांना गुदमरल्यासारखं वाटत होतं. यामुळे हवेचा दाब कमी होऊन त्यांना दम लागत होता. हे सतत चालू होतं. दरवेळी मॉनिटरवरचे आकडे खाली आले की, बाबांच्या चेहऱ्यावरचा ताण स्पष्ट दिसत होता. हे दोन तास खूप वाईट गेले.

पण त्यांची नर्स इतकी छान होती की, त्यांची समजूत काढत काढत तिनं बाबांना शांत केलं आणि विश्रांती घ्यायला मदत केली. बाबांना काय आवडतं, काय नाही याची चौकशी करून तिनं सूचनाफलक भरून काढला. मग बाबांनी 'बीटल्स'च्या 'दि एन्ड' गाण्याचे शब्द मोठ्याने म्हटले– 'तुम्ही जेवढे प्रेम घेता, तेवढेच तुम्ही देता.' नर्सनं आजचं बोधवाक्य म्हणून हेच शब्द फलकावर लिहिले.

बाबांची काळजी घ्यायला अनेक नर्सेस येत असत. प्रत्येकीची तऱ्हा वेगळी. 'कॅन्सरमुळे नेतृत्वाबद्दलचे माझे विचार बदलले,' असं ते म्हटल्याचं मला स्मरतं. कॅन्सरच्या प्रवासात त्यांना अतिशय अनपेक्षित ठिकाणी शक्तिस्थानं आढळली. तिथली प्रत्येक नर्स याचं जिवंत उदाहरण होती. प्रदीर्घ काळ, एकाग्रता ढळू न देता या नर्सेस काम करायच्या. हसून तुमची विचारपूस करायला, तुम्हाला आरामात ठेवायला अतिशय तत्पर. इतके वेगवेगळे लोक असूनही ते खूप दिवसांपासून आमचे स्नेही आहेत असं आम्हाला वाटे. बाबांना नीट श्वास घेता येतो ना? चश्मा काढायचाय की राहू द्यायचा? एक नाही, दोन नाही. यांसारख्या अनेक बाबतींत आमच्याइतक्याच आस्थेनं ही मंडळी सेवा करायची. हवेचा पुरेसा पुरवठा चालू ठेवून बाबांना पाणी पिता येईल असा 'स्ट्रॉ'देखील त्यांनी बनवून दिला.

या सर्वांवर देखरेख करणारे आय.सी.यू.चे प्रमुख डॉ. कार हे तर हॉस्पिटलमध्येच

मुक्काम करायचे की काय? त्यांना विश्रांती घेताना आम्ही कोणीही पाहिलं नाही. डॉ. कार म्हणजे एन.एच.एस.मध्ये जे काही सर्वोत्तम आहे त्याचा चालता-बोलता नमुना! आमच्या आयुष्यातल्या सर्वांत वाईट पाच दिवसांचं सुसह्य कालावधीत रूपांतर करण्यात त्यांचा वाटा मोठा होता. ते सतत आम्हाला धीर देत होते. हॉस्पिटलच्या स्टाफशी असे घरोब्याचे संबंध बाबांना खूप आवडायचे. ते नेहमीच आजूबाजूला असलेल्यांकडून ऊर्जा, स्फूर्ती घेत आले आहेत; त्यामुळे असं मानवी घोळक्यात असणं त्यांना सुरक्षिततेची भावना देत होतं. रात्रीच्या नर्सेसचा इथं मी विशेष उल्लेख करेन.

त्या संध्याकाळी बाबांना श्वास घेताना होत असलेला त्रास आणि तगमग पाहून डॉक्टर्सही चिंतेत पडले. संध्याकाळी नर्स नेहमीपेक्षा जास्त सतर्क वाटली. शेवटी हेल्मेटमधूनच शंभर टक्के श्वास चालू ठेवायचा असं ठरवण्यात आलं. यापेक्षा जास्त करण्यासारखं काहीच नव्हतं; पण तरीही बाबांचा त्रास कायम होता. स्थिती सुधारण्याची अंधुकशी आशादेखील विरत चालली होती.

ग्रेस तिच्या कामावरून आली आणि तीही खचली. मला आठवतंय, बाबा तिच्याकडे पाहून म्हणाले होते, 'काय झालं ग्रेसी?'

'तुम्हाला काय वाटतं, बाबा?'

ग्रेस आणि मी जेवायला बाहेर गेलो. दिलेली ऑर्डर यायला खूप वेळ लागला आणि आम्ही आमच्या थकलेल्या मन:स्थितीत उगीचच काहीतरी वादविवाद करत बसलो. हॉस्पिटलमधून बाहेर पडल्यावर नेहमीच असं काहीतरी व्हायचं. अनिश्चिततेमुळे पारा चट्कन चढत असे. फोन वाजला की छातीत धस्स व्हायचं. आई आणि ग्रेस फोन उचलताच, घाबऱ्या स्वरात 'काय झालं?' म्हणायच्या. मीही असंच करत असणार. उलट हॉस्पिटलच्या खोलीत, सुरळीत चालणारी यंत्रसामग्री पाहून मन शांत व्हायचं.

बाबा खूप दमले असल्यानं संध्याकाळभर झोपले होते. गुरुवारचा दिवस जसा गेला होता, त्यावरून आम्ही मनाची तयारी करू लागलो.

बाबांच्या या अंतकाळात एक विरोधाभास दडलेला होता, असं आई नंतर म्हणाली. भीती आणि साशंकतेचे क्षण येऊन गेले हे नक्की. शेवटपर्यंत बाबा मृत्यूशी झुंजत होते; पण मुळात त्यांनी परिस्थितीचा स्वीकार केला होता आणि ते मनाचा तोल सांभाळून होते. अशा प्रकारे सबल असणं त्यांना महत्त्वाचं वाटत होतं. त्यांनी मन शांत करण्याची गोळी एका पुस्तकात दडवून ठेवली होती. त्याचा त्यांना

आधार वाटे. शेवटी शेवटी तर ती गोळी एकट्यानं घेणं अशक्य झालं असतं; पण तिच्या असण्यानं त्यांना सुरक्षित वाटत असावं. त्यांचं मन शांत व्हायला गोळीची मदत होत होती.

शुक्रवार, ४ नोव्हेंबर

डॉ. कारना 'राउंड' घेत असताना गाठता यावं म्हणून आई खूप लवकर तिथं गेली. आता तीन ते पाच दिवसांचाच खेळ बाकी आहे, कारण इन्फेक्शन दाद देत नाहीये, अशी स्पष्ट कल्पना त्यांनी दिली. आईपाठोपाठ मीही पोहोचले. आईनं मला हे सांगितलं नाही ना अशा काळजीत बाबा होते; पण त्याची आवश्यकता नव्हती. काय आहे आणि काय नाही हे मला आधीच कळून चुकलं होतं.

मी त्यांच्यासाठी लिंबू सरबत आणि बर्फ आणल्याचं पाहून ते खूश झाले. 'याच्या इतकं चवदार मी कधी काही घेतलं नाही,' असं ते म्हणत राहिले. प्रत्येक घोटाबरोबर डोळे मिटून स्मित करत होते. संपूर्ण समाधानाचं स्मित!

'पुढे काय?' या विचारानं, जेवताना आईच्या डोळ्यांत पाणी आलं. आपण सगळे मिळून या दिव्यातून पुढे जाऊ, चांगलं आणि वाईट दोन्ही झेलत मार्ग काढू, असं मी तिला म्हणाले. मलाही हताश वाटत होतं; पण मी तिचा हात हातात घेतला. खऱ्या अर्थाने कोणीच कोणाला आधार देऊ शकत नव्हतं.

बाबा जिद्दीनं स्वत:च्या कबरीवर उभे आहेत अशा फोटोच्या दहा प्रती घेऊन ॲड्रियन स्टेयर्नची टीम आली. त्यांना फोटोंवर बाबांची स्वाक्षरी हवी होती. सही करत असताना बाबांचा फोटो काढला तर त्यांना चालेल का, असं त्यांनी भीत भीत विचारलं. बाबांची स्थिती पाहून त्यांना धक्का बसला होता; पण आम्हाला आता सवय झाली होती.

सह्या करताना त्यांना त्रास होत होता. शरीर साथ देत नाही असं पाहून ते व्यथित झाले. सह्या करता करता दमून गेले. 'अजूनही हा मनुष्य थांबत नाहीये,' हा विचार आईच्या चेहऱ्यावर दिसत होता. तो फोटो हायगेट सिमेटरीत काढलेला होता. तिथं त्यांच्या अस्थी पसरल्या जाणार होत्या हे बाबा अभिमानाने सांगत होते. नर्सेस अचंब्यानं सगळा खेळ पाहात होत्या.

थोड्या वेळानं ग्रेस आली आणि बाबांची कळी खुलली. ती बाबांना हसायला लावायची. काहीतरी अनपेक्षित बोलण्याची खुबी ग्रेसपाशी आहे. हेल्मेट आहे हे क्षणभर विसरून बाबांनी तिच्या कपाळाचं चुंबन घ्यायचा प्रयत्न केला.

ग्रेस आणि मी जेवायला निघालो तर बाबांनी आमच्याकडे असा कटाक्ष टाकला

की जणू आम्ही पुन्हा भेटणारच नाही. किती प्रेमानं त्यांनी माझा हात धरला म्हणून सांगू! 'तुमच्या आयुष्यातल्या महत्त्वाच्या प्रसंगांना मी नसणार,' त्यांनी सुरुवात केली आणि दोघांनाही रडू कोसळलं. ते नेहमी अशी भारदस्त विधानं करत. 'माझं तुमच्यावर इतकं प्रेम आहे की मी तुमच्यातच असणार आहे,' असं ते म्हणाले. आम्ही उमलण्याच्या बेतात आहोत, आम्ही तारका आहोत आणि आम्ही स्वत:वर पूर्ण विश्वास ठेवला पाहिजे, असंही म्हणाले. त्यांची आई गेली तेव्हा 'बाबांना सांभाळ' असं म्हणून गेली होती. आम्ही आईला सांभाळू अशी खात्री असल्यानं बाबांनी आम्हाला वेगळं काही सांगितलं नाही.

आम्ही जेवून आलो तेव्हा ते टायपिंग करायचा प्रयत्न करत होते. हात धड उचलताही येत नव्हते. आम्ही उशा देऊन त्यांना बसवायचा प्रयत्न केला; पण त्यांना मदत नको होती. खूप वेळ तसं बसल्यानंतरही जेमतेम काही शब्दच ते कागदावर उतरवू शकले. 'माझं टायपिंग आता संपलंय, जॉर्ज' असं म्हटल्यावर मात्र माझा बांध फुटला. त्यांच्या खाटेमागं जाऊन मी रडू लागले. त्यांचं शरीर साथ देत नाहीये हे बघवत नव्हतं. शेवटी कॉम्प्युटरसमोरच त्यांना झोप लागली.

आई पूर्ण खचली होती. आपणहून निघाली नसती म्हणून मीच तिला घरी घेऊन जायचा आग्रह केला. ग्रेस तिथं राहिली असती. ग्रेसलाही एकटीला बाबांचा सहवास मिळाल्यानं बरं वाटलं. तसंही तिला कामावर जावंसं वाटत नव्हतंच.

आम्ही निघालो तेव्हा बाबा मोबाईलशी खुडबुड करत होते. त्याचा पासवर्ड त्यांना टाइप करता येत नव्हता म्हणून तो काढूनच टाकावा असं ते म्हणाले. आम्ही काढायचा प्रयत्न करत असताना तो चुकून बदलला गेला. म्हणून आम्ही मोठ्या अक्षरात नवीन पासवर्ड टाकून बाबांना दाखविला. त्यांनी आमच्याकडे रागानं पाहिलं. आता औषधांमुळे ते बऱ्याचदा गोंधळलेल्या मन:स्थितीत असत; पण आम्ही त्यांना काही शिकवायचा प्रयत्न करतोय असं त्यांना वाटलं की लागलीच ते चिडत आणि आम्हाला आमची जागा दाखवून देत. त्यांच्या मनाची ताकद अजूनही शाबूत होती.

त्या रात्री परिस्थिती बिघडत चालल्याचं माझ्या लक्षात आलं होतं हे आठवतंय. एखाद्या खोल दरीप्रमाणे माझं अंतरंग दु:खानं भरून गेलं होतं. ही दरी कशी ओलांडणार? पण त्या दिवशीचा प्रत्येक लहान-मोठा प्रसंग आठवताना खूप बरं वाटत होतं हेही स्मरतंय.

शनिवार, ५ नोव्हेंबर

आम्ही तिघीही सकाळीच हॉस्पिटलमध्ये गेलो. अजून किती दिवस बाकी आहेत असं विचारून बाबा मोजू लागले. वाइटात-वाईट म्हणजे आणखी तीन

दिवस, असं त्यांना वाटतंय. आम्ही आठवण करून दिली की तीन हा कालचा आकडा होता; त्यामुळे आता दोनच दिवस बाकी आहेत. त्यांना हाताशी आणखी वेळ हवा आहे.

आई खोलीतून बाहेर गेल्यावर ते मला काही कामं सांगतात– कागद नीट गोळा करून ठेव, पुस्तक पूर्ण होईल असं बघ, लेबर पार्टीच्या लोकांना अंत्ययात्रेला घेऊन ये... त्यांना अंत्यसंस्कारांच्या वेळी, चर्च लोकांनी भरून जायला हवंय. लेबरच्या खासदार मार्गरिट मॅक्-डोनाघना काम सांग, असं ते म्हणाले.

थोड्या वेळाने माझी आत्या जिल येते आणि बाबांबरोबर एकटीने काही वेळ बसते. एकमेकांचा निरोप घेतला जातो. बहीण-भाऊ आयुष्यभर आपापल्या मार्गानं गेले; पण या शेवटच्या काही महिन्यांमध्ये आत्याशी जी जवळीक त्यांना साधता आली, त्यानं बाबांना खूप दिलासा मिळाला. आत्या चर्च ऑफ इंग्लंडची धर्मगुरू असल्यानं ती बाबांना आशीर्वाद देऊ शकली.

नंतर ग्रेस त्यांना टेक्स्ट मेसेज पाठवायला मदत करू लागली. बाबांना हाताचा समन्वय साधून काहीही करणं जड जाऊ लागलं होतं. ॲलस्टेअरनं नंतर बाबांच्या एका मेसेजचा उल्लेख केला. पीटर हायमन या बाबांबरोबर काम करणाऱ्या गृहस्थांना बाबांचा '३-५ दिवस' एवढाच मेसेज गेला होता. पीटरला याचा अर्थच कळला नाही. एड व्हिक्टरना केलेल्या एका मेसेजमध्ये त्यांनी डिकन्सची ओळ लिहिली होती, हे बाबांच्या लक्षात आलं होतं की नाही कुणास ठाऊक!

अचानक बाबांच्या विचारांत नि:संदिग्धता येते. जिद्द येते.

आपल्या हातातून वेळ निसटून चालला आहे हे त्यांच्या लक्षात येतं. आहे त्या वेळेचा नीट उपयोग करून घेतला पाहिजे. त्यांच्या मनावरचं सगळ्यांत मोठं ओझं म्हणजे पुस्तक. मृत्यूविषयीच्या आम कल्पना चुकीच्या आहेत; मृत्यूच्या समीप कोणाचीही 'माणूस' म्हणून वाढ होऊ शकते आणि या काळात असाधारण आनंद सामावलेला असतो असं बाबांना वाटतं. हे सगळे विचार व्यवस्थित शब्दबद्ध करून लोकांपर्यंत पोहोचवण्यासाठी त्यांची धडपड चालू आहे.

टायपिंग नीट जमत नसल्याने ते आईला 'डिक्टेशन' देऊ लागतात. आईला हे सारं करणं, त्यातून बाबांना होणारा त्रास बघणं अजिबात आवडत नाहीये; तरी बाबांसाठी म्हणून ती त्यांचं ऐकतेय. बाबांचा घोगरा झालेला आवाज, लाल झालेले डोळे आणि त्यातली वेगळीच चमक ग्रेसच्या लक्षात येतेय. बाबा बोलताहेत, बोलताहेत, आई एकापाठोपाठ एक पानं भरते आहे. बाबा स्वत:मध्ये खोलवर जाऊन पोहोचले आहेत.

तोंडातून शब्द बाहेर काढताना त्यांना होणारा त्रास पाहून मला असह्य यातना होताहेत. त्यांचा आवाजही पुटपुटल्यासारखा हळू झालाय.

आपल्या सोबत आपले कुटुंबीय हवेत असं बाबांना मनापासून वाटत असलं, तरी एवढ्यावर त्यांचं समाधान होत नाहीये. मरणाच्या या अनुभवाला अर्थ प्राप्त करून देणं आणि त्यासाठीची जिद्द ही त्यांच्यासाठी सर्वांत महत्त्वाची गोष्ट आहे. त्यांच्या दृष्टीनं हे पुस्तक एवढं महत्त्वाचं आहे. म्हणून तब्येतीची, शरीराची साथ नसूनही बाबांचं मन स्वत:मध्ये, खोलवर खणून ऊर्जेचा जो काही स्रोत उरला आहे, त्याला हात घालतंय. हे करायची ताकद गेले काही आठवडे त्यांच्यात बिलकूल नव्हती; पण 'आता नाही, तर कधीच नाही' हे त्यांना कळून चुकलंय. मृत्यूमध्येही अर्थ शोधण्याकरिता बाबा त्यांच्यात जे काही आहे त्या सर्वांनिशी मृत्यूशीच निकरानं लढत आहेत.

मॉनिटरवरचे आकडे खाली खाली जात असल्याने डॉक्टर बाबांना बोलणं बंद करण्याचा सल्ला देतात; पण बाबा इरेला पेटले आहेत.

आमच्या बरोबरीनं उगीच सगळ्यांना त्रास नको, म्हणून बाबांच्या खालावलेल्या स्थितीबद्दल आम्ही अजून मूठभर लोकांनाच कल्पना दिली आहे; पण आता आणखी काही निकटवर्तीयांना सांगायची वेळ आली आहे. सध्या अमेरिकेत, बोस्टनमध्ये राहाणाऱ्या पीटला कळवायला म्हणून मी बाहेर येते. पीट हा बाबांचा विद्यापीठापासूनचा, सर्वांत जुना मित्र. तो फोन उचलतो तेव्हा म्हणतो, 'जॉर्जिया, पुढं काहीही बोलू नकोस. मी शिडीवर उभा आहे.' तो खाली उतरल्यावर मी सारं त्याला सांगते. त्याला धक्का बसल्याचं त्याच्या आवाजावरून जाणवतं. आमच्याप्रमाणे त्यालाही वाटलं नव्हतं की इतका कमी वेळ उरला आहे.

अखेर बाबांना काय सांगायचं होतं ते सांगून होतं आणि त्यांचं बोलणं एकदाचं थांबतं. त्यांना हायसं वाटतं. 'आज निकरानं लढलो' असं ते परत परत सांगताहेत. आम्ही कौतुक करावं ही अपेक्षा; आम्हाला मात्र ते फक्त शांत झालेले हवे आहेत.

क्वीन्स पार्क रेन्जर्स आणि मॅन्चेस्टर सिटीदरम्यानचा फुटबॉल सामना सुरू व्हायच्या बेतात आहे. मी स्काय स्पोर्ट्स चॅनल लावलाय. मी सहा वर्षांची असल्यापासून बाबांबरोबर सीझन-तिकीट काढून क्वीन्स पार्क रेन्जर्सचे सामने बघायला देशभर फिरत असे.

बाबा एकदम उत्साहात, 'बघ, बघ! नील वॉर्नाक आहे.' न्यूकासलपेक्षा इथं टीव्ही जास्त स्पष्ट का दिसतोय? हा बाबांना प्रश्न पडलाय. आईला हे फारसं न

रुचल्यामुळे हा चॅनेल बदलून ग्रेगरियन भक्तिसंगीत लावू का? असं मी बाबांना विचारते. हा काय वेडेपणा आहे, अशा आविर्भावात ते म्हणतात, 'जॉर्जिया, मी फुटबॉल बघतोय.'

बाबा घरी असताना हात डोक्यामागं ठेवून बसायचे, तसं आता बसायला बघताहेत; पण अनेक नळ्या, सुया भोसकून, हात सुजून चौपट झाले आहेत. हेल्मेटपर्यंत जेमतेम त्यांना ते उचलता येताहेत. या सर्वांसोबत बाबा इतके गोड दिसताहेत! अगदी कॉमिकमधल्या पात्रासारखे. क्यू.पी.आर.ने गोलची बरोबरी केल्यावर मॉनिटरवरचे आकडेही वर जातात.

पण त्यांना श्वास घेणं अवघड होत चाललंय म्हणून मी टी.व्ही. बंद करते. त्यांना थोडी झोप लागते; त्यामुळे आमच्या संघाचा पराभव त्यांना पाहावा लागत नाही.

ॲलस्टेअर बाबांना अतिशय सुंदर पत्र पाठवतात. ते आम्ही त्यांना वाचून दाखवतो. तिघींच्या डोळ्यांतून अश्रूंच्या धारा; बाबा मात्र अतिशय शांतपणे बसले आहेत. लॅपटॉपच्या स्क्रीनवर बोट दाबून 'फ्युनरल, फ्युनरल' असं काहीतरी बडबडत आहेत. त्यांना धाप लागली आहे. नर्स येऊन गुंगीचं औषध वाढवून जाते. 'माझं संपलंय' असं ते जाहीर करतात. आम्ही भांबावून जातो. 'पुस्तक करून संपलंय,' ते उद्‌गारतात.

श्वास आत घेण्याच्या प्रयत्नात त्यांच्या घशातून आवाज येतो. ग्रेस आणि आई एकीकडे एकमेकींना मिठी मारून उभ्या आहेत. ग्रेसचे डोळे रडून रडून सुजले आहेत. आई बाबांकडे अत्यंत हळव्या नजरेनं बघतेय.

बाबा अर्धवट झोपेतून उठतात, तेच मुळी काहीशा गोंधळलेल्या अवस्थेत. 'श्वास नीट घेता येत नाही, अवघड होतंय; मला झोपून जायचंय' असं ते म्हणतात; पण पूर्वीसारखे भेदरलेले दिसत नाहीत. त्यांनी स्वत:ला सावरलंय. ते तयार आहेत.

'जार्जिया कुठंय?'

'इथं आहे, बाबा,' मी म्हणते.

माझा हात घट्ट धरून 'द ग्लोरी ऑफ द राइड' (म्हणजे हे पुस्तक)चं नीट बघा असं मला सांगतात. आम्हा प्रत्येकीला 'गुड नाइट, लव्ह यू' म्हणतात. त्यांना पुन्हा डुलकी लागते. जाग आल्यावर पुन्हा एकवार हेच सगळं होतं.

आम्ही घरी जाऊन वेळच्या वेळी झोपी जावं असा आग्रह ते धरतात. ड्यूटीवरील नर्सला, एबनीला बोलावून 'मला आता झोपी जाऊ दे' असं सांगतात. ते बिछान्यातच आहेत हे आम्ही त्यांना सांगायचा प्रयत्न करतो, पण त्यांना फारसं

ऐकू येत नाही.

'माझं काम झालंय, मी आता झोपणार आहे,' हे त्यांचे शेवटचे शब्द ऐकू येतात आणि त्यांना गाढ झोप लागते.

बाबा घाबरलेत का, त्यांना कितपत कल्पना आहे या प्रश्नांची खात्रीपूर्वक उत्तरं मला देता येणार नाहीत; पण एकदा लेबर पार्टीच्या अधिवेशनाला ॲलस्टेअरने एका अमेरिकी फुटबॉल कोचचे शब्द सर्वांना ऐकवले होते. ते असे– 'जेव्हा एखादा माणूस त्याला जिवापाड प्रिय असलेल्या एखाद्या सत्कार्यासाठी मनापासून लढून रणांगणावर दमलेल्या पण विजयी अवस्थेत पडलेला असतो, त्या क्षणी त्याच्या आयुष्याची इतिकर्तव्यता झालेली असते, त्याच्या आयुष्यातली सुवर्णघटिका आलेली असते, असं मला प्रामाणिकपणे वाटतं.' आज बाबा या अवस्थेत आहेत असं मला वाटतं.

जेवढं शक्य होतं तितक्या ताकदीनं, जिद्दीनं ते लढले. त्यांना प्रिय असलेले लोक त्यांच्या भोवती आहेत आणि ते स्वप्नावस्थेत जायला सज्ज आहेत.

नंतर रडत रडतच आई आम्हाला डिलन थॉमसची कविता वाचून दाखवते, 'त्या रात्रीत शांतपणे मिसळून जाऊ नकोस... लढ, त्या विरणाऱ्या प्रकाशाशी' 'Do not go gentle into that good night... rage, rage against that dying light.' लढ. शेवटी बाबा शांतपणे जात नाहीयेत. ते जसे जगले, त्याच प्रकारे आता चालले आहेत– जिद्दीनं, निर्धारानं, प्रत्येक क्षण कारणी लावण्यासाठी लढत लढत...

आम्ही रात्री तिथंच थांबलेलं बरं, असं नर्स आम्हाला सांगून जाते. त्यांना गाढ झोप लागल्याची खात्री करून घेऊन आम्ही पलीकडे, नातेवाइकांसाठी असलेल्या खोलीत जातो. काही घडलं, तर आम्हाला बोलावण्याची हमी नर्स देते.

ग्रेस आणि मी काही कपडे, सामान वगैरे आणण्यासाठी घरी जातो. जाता जाता मी आईला सांगते की काय चाललंय हे लोकांना कळवायची वेळ आता आली आहे. ती एक समर्पक ई-मेल तयार करते आणि आम्ही जुन्या मेलिंग लिस्टवर असलेल्या सर्वांना ती पाठवून देतो. आता त्या यादीत कोणाकोणाची नावं आहेत आणि कोणाची नाहीत, हे आम्हाला ठाऊक नाही.

रविवार, ६ नोव्हेंबर

उपलब्ध साहित्य वापरून आम्ही उशा आणि अंथरुणाची सोय करून विश्रांती घ्यायचा प्रयत्न करतो. मला धड झोप लागत नाही. चारच्या सुमाराला जाग येते

तेव्हा आई मला बाबांजवळ जाऊन बसायला सांगते. मी बहुधा अर्धवट झोपेत खूप आवाज केला असणार.

मी आत जाऊन नर्सबरोबर बाबांच्या जवळ बसते. खोलीत मंद आवाजात बॉब मार्लेच्या संगीताचे सूर पसरले आहेत. नर्सनं सर्व नळ्या व्यवस्थित लावून ठेवल्या आहेत. बाबांना शक्य तितक्या आरामात ठेवलं आहे. मध्यरात्री गुंगीचं औषध देणं बंद केलं गेलंय. बाबा गाढ झोपेत आहेत.

तासाभरानं आई आणि ग्रेसही आत येतात. बाबा अजून जागे का होत नाहीत हे समजत नाहीये. श्वासोच्छ्वास तर नीट चालू आहे. मॉनिटरवरचे आकडेसुद्धा व्यवस्थित आहेत.

थोड्या वेळानं एक तरुण डॉक्टर राउंडला म्हणून येतो. बाबा काल जास्त बोलत होते का असं विचारतो. होय, दिवसभर बडबड चालू होती. बाबा अति बोलल्यानं रक्तातल्या कार्बनडाय ऑक्साईडचं प्रमाण वाढलं होतं. यामुळेच त्यांना एवढी झोप लागली होती. आपण बंद गाडीत बसून राहिलो तरी असंच होतं, असं त्या डॉक्टरनं समजावून सांगितलं.

बाबा अशा अवस्थेत किती वेळ राहतील हे सांगणं अवघड असलं तरी जागं होण्याची शक्यता खूपच कमी आहे असं डॉक्टर म्हणाले. काही तास; कदाचित काही दिवससुद्धा! यानं आम्हाला धक्का बसत नाही. उलट या अवस्थेत एक प्रकारचं सौंदर्य आहे. आयुष्याचं उद्दिष्ट शोधायच्या अथक प्रयत्नांनंतर अखेर त्यांना हवं होतं तसं शांत मरण मिळतंय. अखेर स्वत:च्या भवितव्यावर ते नियंत्रण साधू शकले म्हणायचं.

ग्रेस आणि मी चहा पीत बसलोय. यापुढे बाबांशी बोलता येणार नाही या वास्तवाचं अजून नीटसं आकलन होत नाहीये. अचानक बाबांची एक आठवण सांगून ग्रेस आणि मी हसायला लागलो. एखाद्या भयानक परिस्थितीतून जात असताना अत्यंत मोलाच्या, आनंदाच्या आठवणी किती महत्त्वाच्या असतात, हे तुम्हाला कोणी सांगितलेलं नसतं, ते अनुभवावं लागतं.

आम्ही तिघी दिवसभर त्यांच्याबरोबर घालवतो. बाबा ध्यान लावून बसताना जे ग्रेगरियन मंत्र ऐकायचे, ते संगीत मी सुरू करते. खोलीत अतिशय शांत, आध्यात्मिक म्हणता येईल असं वातावरण निर्माण होतं. नर्स बाहेर जाऊन बसते. तिनं करण्यासारखं आता काही उरलेलं नाहीये. डॉक्टरांच्या फेऱ्याही बंद होत्या. एक एक यंत्र काढलं जातंय. ही वेळ निरोप घेण्याची, शांततेची आहे.

ॲलस्टेअर आणि फिओना भेटायला येतात. आम्हाला आलिंगन देतात तेव्हा

ॲलस्टेअरचा खूप आधार वाटतो. बाबा कसे सगळ्यांचे स्फूर्तिस्थान होते याबद्दल फिओना बोलते. त्यांनी आपल्या सगळ्यांना भरभरून दिलंय, तुम्ही तिघी भन्नाट स्त्रिया आहात, असं आमचं कौतुक करते.

टोनी ब्लेअर येतात. प्रेमानं आम्हाला जवळ घेतात. आम्ही बाबांच्या या अखेरच्या दिवसांबद्दल, त्यांच्या पुस्तकाबद्दल त्यांना सांगतो. बाबा त्यांची वाट पाहत होते आणि टोनी येणार याची त्यांना खात्री होती. आम्ही टोनींना बाबांबरोबर थोडा वेळ एकट्यानं घालवू देतो. हॉस्पिटल स्टाफशी आवर्जून चार शब्द बोलून बाराच्या सुमारास ते जातात.

आदल्या रात्री बाबांच्या ड्यूटीवर असलेली एबनी तिची शिफ्ट संपल्यावर निरोप घ्यायला येऊन जाते. तिचा बाबांचा परिचय फक्त काही तासांचाच– पण ते किती असाधारण आहेत हे ती आम्हाला सांगते. मृत्यू समोर ठाकला असतानाही बाबा कसे नम्र आणि प्रेमळ होते, त्यांना जगण्याबद्दल किती उदंड उत्साह होता, हे ती सांगते.

बाबांच्या श्वासाचा आणि भक्तिसंगीताचा आवाज एकमेकांत मिसळून खोलीत भरून राहिला आहे. या अवस्थेतही बाबा कणखर वाटताहेत. ते आमच्यात असेपर्यंत मी अखंड त्यांचा हात हातात घेऊन बसू शकेन. बाबांचा हात उबदार आहे. त्वचा गुळगुळीत आणि कागदासारखी पातळ. त्यांचा हात शरीरापासून अलग वाटतोय. त्यांचे खांदे, गुडघे अगदी बारीक झाले आहेत. दंड मात्र ओळखू येणार नाहीत इतके सुजले आहेत.

छान स्वप्नं दिसतील असं औषध बाबांना देता येईल, असं डॉक्टर कार सांगतात. ते गंमतीनं या औषधाला 'मायकेल जॅक्सन ड्रग' असं म्हणतात. बाबा जागे झाले तर उगीच भेदरून जातील म्हणून या औषधाला आम्ही होकार देतो. ऑक्सिजनचा दाब हळूहळू कमी करत हेल्मेट काढण्याचा डॉक्टरांचा बेत आहे. यानं बाबांचा श्वास अधिक नैसर्गिक होईल. आता फार वेळ नाही याची आम्हाला कल्पना आहे. बाबांना चांगली स्वप्नं पडतील या आशेनं आम्ही त्यांच्याशी गतकाळाबद्दल, आम्ही मनात साठवून ठेवलेल्या आनंददायी स्मृतींबद्दल, त्यांच्या आवडीच्या ठिकाणांबद्दल बोलू लागतो.

मॅथ्यू फ्रॉइड हळूच येऊन आमच्यातलेच असल्यासारखं सोबत उभे राहतात. काही वेळ बाबांबरोबर एकटं राहून पाचच्या सुमारास साश्रू नयनांनी ते आमचा निरोप घेतात.

नर्स येऊन बाबांचं हेल्मेट काढतात. ते एकदम खूप असहाय दिसू लागतात. त्यांचा श्वास आता उथळ झाला आहे; तो अडखळत येतोय.

त्यांना ऐकू येत असेल या आशेनं बाबांच्या असंख्य मित्रांकडून आलेले मेसेजेस आम्ही त्यांना वाचून दाखवतो. दुःखावरचं काव्य असलेल्या पुस्तकातल्या ओळीही

म्हणतो. आमचं दु:ख व्यक्त करून मन मोकळं करायला ते उपयोगी ठरतं. आम्ही आळीपाळीनं खंबीर बनून एकमेकींना आधार देत एकीकडे ढसाढसा रडतो.

संध्याकाळी सातच्या सुमारास डेव्हिड कनिंगहॅम येतात. संपूर्ण प्रवासात त्यांनी बाबांना साथ दिल्यानं आता शेवटीही त्यांनी इथं असणं योग्यच होतं. त्यांनी खूप लोकांचा मृत्यू पाहिला आहे, कदाचित जरा जास्तच; पण बाबांसारखा माणूस त्यांनी आजवर पाहिला नव्हता असं ते आम्हाला सांगतात.

बाबांविषयी डेव्हिडना नेहमीच आदर वाटत आला आहे; पण ऑगस्टमध्ये जेव्हा बाबांना त्यांच्या मर्यादित आयुष्याची कल्पना दिली गेली, तेव्हा डेव्हिडना ते खरंच किती थोर आहेत ते दिसलं. बाबांनी एकदाही वास्तवाकडे पाठ फिरवली नाही. आपल्याला नेमकं काय होतंय आणि काय वाटतंय हे शब्दांत मांडता येणं तर सोडाच, पण बहुतेक लोकांना बाबांप्रमाणे मृत्यूच्या वास्तवाचा स्वीकारही करता येत नाही, असं डेव्हिड म्हणाले. बाबांनी आपल्या आयुष्यात अनेक ग्रेट गोष्टी केल्या; पण ही सर्वांत ग्रेट गोष्ट आहे. आपल्या सकारात्मक वागण्यानं आणि ताकदीच्या जोरावर ते स्वत: तर बदललेच पण इतर अनेकांनाही त्यांनी बदललं.

हं... आता फक्त आम्ही चौघं आहोत.

मी बाबांचा डावा हात घट्ट धरलाय. ग्रेसनं उजवा. आईनं तिचे हात त्यांच्या गळ्याभोवती अडकवून ती त्यांच्या छातीवर रेलली आहे. भक्तिसंगीताचे शेवटचे सूर उमटतात तसं बाबांच्या अंगातून एक शिरशिरी जाते आणि त्यांचं अंग एकदम सैल पडतं.

एका क्षणार्धापुरती खोलीत जबरदस्त ऊर्जा जाणवते. आईला आनंदाची एक चमक जाणवते. हुंदके देत, अनावर झालेल्या अवस्थेत ती परत परत म्हणते, 'फिलिप, हे इतकं सुंदर असेल असं मला वाटलं नव्हतं!'

माझ्यातला एक मोठा लचका कुणीतरी तोडल्यासारखं मला वाटतंय. ग्रेस डॉक्टरांना घेऊन येते.

शरीरातला उरलासुरला जीव चट्कन निघून जातो. श्वासोच्छ्वास, शरीराची ऊब नाहीशी होते. काही सेकंदांतच देह पांढराफट्ट आणि गार पडतो. ते गेले यात काहीच शंका नाही. जे उरलंय ते फक्त कवच आणि त्यात बाबांचं फारसं साम्यही नाहीये. जिवाची सूक्ष्म धुगधुगी आणि मृत्यू यात प्रचंड फरक आहे. त्यांच्यातली उत्कटता, प्रेम आणि चैतन्य आता दुसरीकडे कुठंतरी आहे.

आम्ही शेवटचं म्हणून त्यांच्या कपाळाचं चुंबन घेतो. आम्हाला मुळीच तिथून जायचं नाहीये. राहायचंही नाहीये. आय.सी.यू.तून बाहेर पडताना एकच समाधान वाटतं की बाबांना, त्यांना हवा होता तसाच मृत्यू लाभला– शांत, आणि आपल्या कुटुंबीयांच्या सहवासात!

माझे बाबा

ग्रेस गूल्ड

मी लहान होते तेव्हा बाबा म्हणजे मला एक कोडंच होते. बाबा म्हणजे दौऱ्यावरून येताना आमच्यासाठी टी-शर्ट्स आणि लहान-मोठ्या भेटवस्तू आणणारी एक भन्नाट व्यक्ती. घरात येऊन धाड्कन दार लावल्यावर त्यांच्या उत्साहानं संपूर्ण घराला उभारी यायची. सहलीला जाताना तर हे अगदीच हवंहवंसं वाटायचं. आम्ही खेळ खेळायचो, जॉर्जियाचं टेडी बेअर लपवायचो, अनेक प्रकारे साहसी खोड्या करत आईचं टेन्शन वाढवायचो.

२००५ नंतर बाबांमध्ये बदल झाला. ते आता जास्त वेळ आमच्यात राहू लागले. इथेच त्यांच्या आणि माझ्या मैत्रीला सुरुवात झाली. आम्ही आयुष्याचे दोन कप्पे केले. एकात मजा येणाऱ्या गोष्टी; दुसऱ्यात ज्यानं आम्हाला मजा येत नाही अशा गोष्टी! पहिल्या कप्प्यात जॉर्जियाचे बॉय-फ्रेण्ड्स होते. दुसऱ्या कप्प्याकडे आम्ही सहसा दुर्लक्ष करत असू.

गप्पा मारायला आम्हाला कोणताही विषय पुरायचा. मी त्यांना 'ब्लॅकबेरी मेसेंजर सिस्टिम' वापरायला शिकवलं. त्यांना तो प्रकार इतका आवडला की ते मला त्यावरून घेतलेल्या गमती-जमती, सिनेतारकांविषयीच्या मसालेदार कहाण्या सांगत सुटायचे.

बाबा माझ्याबरोबर फारशा माहीत नसलेल्या पर्यावरण परिषदांना यायचे. आम्ही कधीकधी सिनेमाला जायचो, तर कधी दुपारी उशिरा चायनीज् घरी आणून खायचो. सगळ्यात धमाल आली ती बाबा एक दिवस आमच्याबरोबर सहलीला येऊन तंबूत राहिले तेव्हा. आम्ही ग्लॅस्टनबरीला गेलो होतो आणि बाबांनी टोपी

असलेला एक विनोदी 'विन्ड-चीटर' घातला होता. रात्र आमच्याबरोबर घालवून दुसऱ्या दिवशी ते हॉटेलात राहायला गेले.

अर्थात या काळात मी एक 'टीनएजर' होते आणि माझ्या वयाला साजेसे वेडे चाळे मी करायचे. मला ना बाबांच्या आवडत्या क्यू.पी.आर.चा कोणी खेळाडू माहीत होता ना दोन-तीन सोडले तर कुठल्याही कॅबिनेट मंत्र्यांची नावं; पण माझ्यासारख्या विचित्र मुलीशी जवळीक निर्माण करण्यात ते यशस्वी झाले. बाबा आजारी पडले तेव्हा पुन्हा एकदा त्यांच्यात बदल झाला. आता ते जास्त मवाळ बनले आणि अतिउत्साही धडपडीचं रूपांतर, शांत आणि गंभीर ताकदीत झालं. पहिल्यांदा त्यांनी सर्व शक्ती जिवंत राहण्यावर एकवटली आणि मग कसं मरायचं ते बाबा शिकू लागले. आमचं नातंही बदललं. आमच्यातला 'हटके'पणा आता कॅन्सरवर रोखला गेला.

या काळात बाबा आणि मी एकमेकांच्या खूप जवळ आलो असं मला वाटतं. आम्ही नि:संकोचपणे त्यांचा मृत्यू, अंत्यविधी आणि त्यांच्या पश्चात आमचं आयुष्य अशा विषयांवर बोलायचो. तेही त्यांना वाटत असलेल्या भीतीविषयी, आजाराविषयी आणि असुरक्षिततेच्या भावनेविषयी बोलायचे आणि योग्य त्या त्यावेळी (अयोग्य वेळी तर हमखासच) आम्ही आचरटपणात उतरायचो आणि कॅन्सरच्या अनुषंगाने येणाऱ्या गोष्टींची मस्करी करायचो.

बाबांशिवाय जगायचं या कल्पनेनं थोडीशी घाबरलेली मी एकटीच नव्हते असं मला वाटतं. अनेक लोकांना अडचण आली की बाबांची आठवण व्हायची आणि ते बाबांचा सल्ला घ्यायचे. त्यांच्या अंत्यविधीला आलेली त्यांची मैत्रीण नोरीना म्हणाली, बाबांचा जणू दरबारच भरायचा. एक-एक माणूस आपली गाऱ्हाणी घेऊन बाबांना भेटायला येत असे. अशा लोकांची रांगच लागत असे. बाबा जिवंत असताना मी कधीच त्यांना बोलून दाखवलं नसतं; पण कुठं काय चाललंय याचा अचूक अंदाज बांधून तुम्हाला योग्य सल्ला देऊन, त्याविषयी धीर देण्याची खास देणगी बाबांना लाभली होती.

न्यूकासलला जाण्यापूर्वी बाबांनी जॉर्जियाला आणि मला एक स्वतंत्र पत्र लिहिलं आणि ते पाकीट त्यांच्या मृत्यूनंतर उघडण्याची सूचना दिली. जीवनासंबंधी पाच 'नियम' त्यात होते. माझ्या पत्रात ते म्हणतात–

'भविष्यात पडू शकणाऱ्या प्रत्येक प्रश्नाचं उत्तर मी द्यावं असं तुला वाटतंय हे मी जाणून आहे; पण ते शक्य नाही. किमान तुला हवं त्या पद्धतीनं तरी मी करू शकणार नाही. मी एवढं मात्र म्हणू शकतो– तू स्वत:ला ओळखून, स्वत:वर विश्वास ठेवून आणि स्वत:शी प्रामाणिक राहून वागलीस, तर सर्व काही उत्तम

होईल. बाकी तू उदार हो, लोकांशी जवळीक साध, 'थँक यू' म्हणायला कधी विसरू नकोस. एवढं माहीत असणं पुरेसं आहे. तरीही कुठं अडलीस तर मॅथ्यूला विचार. तो काही करू शकला नाही तर साऱ्या विश्वाला विचार. उत्तर विश्वातच लपलेलं आहे आणि ते तुला नक्की सापडेल.'

उपोद्घात

गेल रेबक

फिलिप कधीच आजारी पडला नव्हता. जणू त्याच्या जिद्दीनं आणि लक्ष्यवेधी स्वभावानं जड शरीरावर मात केली होती. असं असलं तरी सर्व संभाव्य आजारांवरच्या औषधांनी घरचं कपाट मात्र भरलेलं होतं. तो सतत आपण आजारी आहोत अशा काळजीत असायचा, पण प्रत्यक्षात एकदम ठीक होता. आम्ही ख्रिसमच्या सुटीसाठी २००७ साली ब्राझीलला गेलो तेव्हा त्याला अपचनाचा आणि गिळण्याचा त्रास जास्त जाणवू लागला. त्या वेळी पहिल्यांदाच, काहीतरी गडबड आहे असं मला वाटलं.

आम्ही लंडनला परतल्यावर काही तपासण्या करून घेतल्या. ते सर्व रिपोर्ट्स ठीक होते; पण अचानक एका पहाटे तीन वाजता त्याला कसंसंच वाटायला लागलं. तो पांढराफटक पडला होता आणि घाबरून गेला होता. त्याला हार्ट अटॅक येतोय असं वाटून मी ॲम्ब्युलन्स बोलावली. आम्ही तडक युनिव्हर्सिटी कॉलेज हॉस्पिटलच्या इमर्जन्सी विभागात गेलो. हार्ट अटॅक वगैरे काही नसल्याचा निर्वाळा दिला गेला. बहुधा थोडं डीहायड्रेशन झालं असणार असं समजून आम्ही तो विषय तिथंच संपवला. वास्तविक त्याच्या अन्ननलिकेच्या टोकाला, जठरापाशी मोठी गाठ वाढत होती आणि त्यामुळे त्याला त्रास झाला होता, याची आम्हाला काय कल्पना?

फिलिप कॅन्सरग्रस्त होता, त्या चार वर्षांकडं मागं वळून बघितलं तर एखाद्या सिनेमाच्या 'स्टिल्स'सारखं वाटतं– उत्कट क्षण, काळजीचे क्षण, फेररचना वगैरे. एन्डोस्कोपीनंतर मी त्याला घरी नेण्यासाठी हॉस्पिटलमध्ये गेले, तेव्हा तो अगदी

आजारी दिसत होता. त्वचेवर असणारी लाली पार लुप्त झाली होती. 'कॅन्सर आहे; खूप वाईट स्थिती आहे,' एवढंच मला म्हणाला. तो यातून वाचण्याची शक्यता ५० टक्के असल्याचं भाकीत डॉक्टरांनी वर्तवलं होतं.

त्या क्षणी माझं विश्व पार बदलून गेलं. मी पूर्णपणे भांबावून गेले. अन्ननलिकेला कॅन्सर होऊ शकतो हेही मला माहीत नव्हतं. हा कॅन्सर आताशा मोठ्या प्रमाणावर आढळू लागलाय आणि ऑपरेशन केलं नाही तर मृत्यू जवळजवळ निश्चित असतो याचीही मला कल्पना नव्हती. फिलिपचा ट्यूमर ज्यानं पाहिला होता, त्या सर्जनला भेटण्याकरिता मी सारं हॉस्पिटल पालथं घातल्याचं मला आठवतंय. आम्हाला सर्जनला पुन्हा एकदा भेटू दे, अशी कळकळीची विनंती मी त्यांच्या साहाय्यकाला केली होती.

कॅन्सर हा शब्द उच्चारल्यावर पहिल्यांदा काय घडलं? तर गोंधळलेली मन:स्थिती आणि या विषयावर जमेल तितकी माहिती गोळा करण्याकरिता धडपड. तीन महिने केमोथेरपी म्हणजे ऑपरेशनसाठी केलेली रंगीत तालीमच म्हणायची. ऑपरेशन निर्णायक असणार होतं. आजारापासून मुक्ती किंवा मृत्यू!

कुठलं हॉस्पिटल आणि कोण सर्जन हे ठरवणं सगळ्यांत महत्त्वाचं होतं. एक प्रकारे असा निर्णय घेण्याची मुभा असल्यानेच पुढे घोटाळा झाला. आम्ही स्थानिक हॉस्पिटलमध्ये जाऊन संपूर्ण अन्ननलिका काढून टाकण्याचं ऑपरेशन (रॅडिकल इसोफॅगेक्टमी) करून घेतलं असतं, तर कदाचित आज फिलिप जिवंत असता.

न्यूकासल येथील माइक ग्रिफिन यांचं युनिट जागतिक दर्जाचं होतं. त्याच्याविषयी आम्हाला कल्पना असती तर आज वेगळं चित्र दिसलं असतं; पण इंग्लंडमध्ये कोणकोणती उत्कृष्ट हॉस्पिटल आहेत याच्याबद्दल सुसूत्र माहितीच उपलब्ध नाहीये. ज्या ज्या सरकारी अधिकाऱ्यांना किंवा ज्येष्ठ डॉक्टर्सना आम्ही विचारलं, त्या सर्वांनी अमेरिकेकडे बोट दाखवलं.

फिलिप अमेरिकेला जायला खूप उत्सुक होता. मी तितकीशी नव्हते, कारण एवढ्या दूर; मोठं ऑपरेशन झाल्यानंतर मदतीला, आधाराला ना मित्रपरिवार असणार होता ना नातेवाईक! उपचारांबद्दल माझ्याही मनात फारशी शंका नव्हती; पण अमेरिकेची एक चक्कर झाल्यावर तिथंच जायचं ठरलं.

मेमोरियल स्लोन-केटरिंग कॅन्सर सेन्टरची भव्यता आणि अनुभवाची जबरदस्त परंपरा पाहिल्यावर कोणीही प्रभावित होईल; पण फिलिपला ऑपरेशनला घेतल्यावर मला एकटीनं सात तास कॉफी शॉपमध्ये तिष्ठत बसावं लागलं. आत काय चाललंय हे सांगायलाही कोणी नाही. घड्याळाचे काटे अजिबात पुढं सरकत नव्हते. मन शांत करण्यासाठी हॉस्पिटलमध्ये असलेल्या विविध धर्मांच्या 'मेडिटेशन'

केंद्रांमध्ये जाऊन बघितलं; पण मनात येणारे भयानक विचार होते तसेच राहिले.

अखेर एकदाचं ऑपरेशन संपलं. फिलिप ठीक असल्याचं मला सांगण्यात आलं. आता दोन तासांकरिता माझी रवानगी ऑपरेशन थिएटरच्या इन्टेन्सिव्ह केअरजवळ असलेल्या वेटिंग रूममध्ये झाली. सर्व काम आटोपल्यावर सर्जन मला भेटणार होते.

मरे ब्रेनन थकलेले दिसत होते. अंगरखा रक्तानं माखला होता. ऑपरेशन तसं व्यवस्थित पार पडलं होतं; पण जठराचा उरलेला भाग अन्ननलिकेला जोडणं अवघड गेलं होतं. ऑपरेशनच्या शेवटी ब्रेननना वाटलं होतं की बरगड्या कापून आणि छातीचा पिंजरा उघडून हे जोडण्याचं काम करावं लागणार; पण अखेरीस प्रयत्नांची शिकस्त करून ते मोठं ऑपरेशन टाळू शकले होते. त्यांना पहिल्यापासून लहान ऑपरेशनच करायचं होतं. त्यांच्या बोलण्यात थोडी दोलायमानता होती; त्यामुळे मनात शंकेची पाल चुकचुकली. मी फिलिपशी याबद्दल कधीच बोलले नाही; पण पुन्हा जो ट्यूमर वाढला तो नेमका याच ठिकाणी वाढला होता.

मी फिलिपच्या खोलीत गेले तेव्हा तो उत्तम मन:स्थितीत होता. त्याला 'हुश्श!' वाटत होतं. लंडनमध्ये असलेल्या आमच्या मुलींशी त्याला बोलायचं होतं. त्यांना फोन केल्यावर आम्हा सगळ्यांचं गेल्या चोवीस तासांतलं टेन्शन एकदम उतरलं आणि आम्ही सगळेच रडलो; पण दुसऱ्याच दिवशी चित्र पालटलं. त्या छोट्याशा खोलीत मध्ये पडदा टाकून आणखी एक पेशंट होता. फिलिपची खूप घालमेल होत होती; तोंडातून शब्द फुटत नव्हता आणि तो पांढराफट्ट पडला होता. अनोळखी प्रदेशात आमची लढाई चालू होती.

हळूहळू फिलिपची तब्येत सुधारत गेली; आता तो थोडं थोडं खाऊ शकत होता; पण एका टाक्यात इन्फेक्शन झालं. 'एम.आर.एस.ए.' नामक भयानक जंतूंची भीती असल्यामुळे शक्यतो ॲन्टिबायोटिक्स टाळण्याचं हॉस्पिटलचं धोरण होतं. म्हणून मग जखम उघडीच ठेवायचा निर्णय घेण्यात आला आणि ती बराच काळ तशीच राहिली - एक भला मोठा घाव जो भरून येता येता हर्नियाही झाला. आम्ही कोणत्या दिव्यातून गेलो आणि अजून किती लांबचा पल्ला गाठायचाय, याची सतत आठवण करून देणारा घाव. पॅथॉलॉजी रिपोर्ट्स मात्र चांगले आले. इंग्लंडमधल्या डॉक्टरांनी पाठलेले अभिनंदनाचे मेसेजेस अजूनही माझ्या फोनवर आहेत... 'तुम्ही आता यातून बाहेर पडला आहात.'

आता विचार केला तर प्रश्न पडतो की न्यू यॉर्कमधला काळ आम्ही कसा निभावून नेला? मुली इंग्लंडमध्ये – जॉर्जियाचं शेवटचं, तर ग्रेसचं पहिलं वर्ष. मी नोकरी करत असलेल्या 'रॅन्डम हाउस'नं मला न्यू यॉर्कच्या ऑफिसमधून काम

करायला परवानगी दिली होती. शिवाय काम आणि हॉस्पिटलच्या फेऱ्यांची कसरत करत असताना मला जमेल तेवढी मदत केली. एकदा या आजाराचं निदान झालं की तुम्ही 'प्लॅनेट कॅन्सर'चे रहिवासी बनता, असं माझा मित्र एड् व्हिक्टर म्हणायचा. फिलिपचा कॅन्सर आता माझ्या आयुष्याचा केंद्रबिंदू बनला होता. – जमिनीचा एक पट्टा, ज्याच्या भोवती एका बाजूला कुटुंब आणि दुसऱ्या बाजूला काम, असे दोन पाण्याचे प्रवाह वाहत होते.

आम्ही आणखी केमोथेरपी घेण्याकरिता लंडनला पोहोचलो आणि देवदयेनं आम्हाला मार्सडेनमध्ये प्रा. डेव्हिड कनिंगहॅम भेटले. फिलिपनं या अफलातून हॉस्पिटलबद्दल लिहिलं आहेच. मला भावलं ते इथलं सख्य आणि पेशंटची काळजी घेण्याचा दर्जा. यामुळे इथलं वास्तव्य सुसह्य व्हायला खूप मदत झाली.

याच सुमारास माझ्या सर्वांत जिवलग मैत्रिणीलाही कॅन्सर झाला. सेंट मेरीज हॉस्पिटलमध्ये तिच्या स्तनावर ऑपरेशन झाल्यावर ती केमोथेरपीसाठी मार्सडेनमध्ये आली. मी काही काळ तिच्याबरोबर घालवत होते आणि काही फिलिपबरोबर. फिलिपला केमोथेरपी अजिबात सहन होत नव्हती. मला तेव्हाचा फिलिप आठवतोय; आरामखुर्चीत कसाबसा स्थिरावलेला. एका दंडात सलाईनची नळी, दुसऱ्या हातात धरलेल्या 'ब्लॅकबेरी'वर नजर आणि तोंडाला कुलूप!

त्या मानानं माझ्या मैत्रिणीला खूपच कमी त्रास झाला. तिला फक्त एकदाच केमोदरम्यान ॲडमिट व्हावं लागलं. ती आणि फिलिप अधूनमधून आपापल्या कॅन्सरबद्दल बोलायचे; पण मी शक्यतो त्यांना अलग ठेवायचा प्रयत्न करायचे. एकदा मी पाहिलं तर ही दोन कृश, थकलेली आणि जवळपास पूर्ण टक्कल पडलेली माणसं एकमेकांबरोबर चर्चा करत होती. माझ्या आयुष्यातली दोन सर्वांत महत्त्वाची माणसं नियती हिरावून नेणार ही कल्पनाच मला सहन होत नव्हती.

दुःखाच्या अंधारातसुद्धा अधूनमधून प्रकाश डोकावत होता. केमोथेरपीनंतर लांब कुठेतरी जावं अशी फिलिपची नितांत इच्छा होती. विमानप्रवासाला परवानगी नसल्यामुळे आम्हाला आगगाडीनं युरोपातच फिरणं जमणार होतं. फिलिपचं पृथ्वीतलावरचं सगळ्यात आवडतं ठिकाण– व्हेनिस! हेच ठिकाण आम्ही निवडलं. फिलिपच्या दृष्टीने हा प्रवास खरोखरच अंधाराकडून उजेडाकडं नेणारा होता.

तो ऑगस्ट महिना होता. आम्ही हॉटेल सिप्रियानीमध्ये उतरलो. ही (बहुधा) आम्ही एकत्र घालवलेली सर्वांत मनोहर सुटी होती. 'सर्वोत्तम इटालियन अन्न जर मला मिळालं तरंच मी खाऊ शकेन,' असं फिलिप सारखं म्हणत होता. आम्ही

(तळटीप – पुढं माझी मैत्रीण पूर्णपणे बरी झाली. आज तिच्या डोक्यावर असलेल्या विपुल, प्लॅटिनम रंगाच्या केशसंभारासाठी लोक वाटेल ती किंमत मोजायला तयार होतील.)

नवख्या पर्यटकांप्रमाणे शक्यतो हॉटेलमध्येच असायचो.

एका सकाळी न्याहारीनंतर बाहेर बघितलं, तर किनाऱ्याला अनेक बोटी तरंगत होत्या. काय चाललंय, हा विचार डोक्यात येतोय तोच पलीकडच्या टेबलापाशी ब्रॅड पिट आणि जॉर्ज क्लूनी बसलेले दिसले. व्हेनिस फिल्म फेस्टिव्हल चालू होता.

व्हेनिसमधलं आयुष्य चाकोरीतनं जाऊ लागलं; पण फिलिपला अन्न घेणं अधिकाधिक त्रासदायक होत होतं. एखाद्या हट्टी टीनएजरच्या खाण्याबद्दल तिची आई मागं लागते, तशी माझी अवस्था झाली होती. फिलिपला किमान काहीतरी पोषण मिळावं, या प्रयत्नात मी होते.

आमची कॅन्सरमुक्त अवस्थेतली दुसरी सुटी आम्ही जॉर्डनमध्ये घालवली. हा एक धाडसी प्रयोगच होता. मी 'साइट-सीइंग'साठी खूप मनसुबे रचले होते; पण फिलिपला त्यातलं काय आणि किती झेपलं असतं हा प्रश्नच होता. पेट्राला जायला निघालो तेव्हा गाडीचा प्रवास झेपणार नाही, अशी फिलिपला काळजी वाटत होती. अर्थात त्रास तर झाला नाहीच, उलट तिथली भव्य शिला शिल्पं पाहून आम्ही भारावून गेलो. त्या उत्साहात थोडं दूरवर असलेल्या 'अल् खजनेह'पर्यंत तो पायी चालला. दुसऱ्या दिवशी वाकडी वाट करून आणखी एक किल्ला पाहण्याचा आग्रह त्याने धरला.

हे आनंदी आणि मुक्त क्षण होते. कॅन्सरच्या अनुभवामुळे फिलिपवर आघात झाला होता; पण आपण स्वत:ला किती ताणू शकतो, 'नॉर्मल' आयुष्याच्या कितपत जवळ पोहोचू शकतो, हे तो पडताळून पाहत होता. कुठेतरी त्याला आशा वाटत होती.

कधी नव्हे इतके आम्ही दोघं एकमेकांच्या जवळ आलो. एकत्रपणे नरकाचा प्रवास करून आम्ही सहीसलामत पलीकडे गेलो होतो. आपापली उद्दिष्टं गाठण्याच्या प्रयत्नांत दोघांनी खूप कष्ट काढले होते. कोणीही आई-बाप दोघं काम करत असल्यावर मुलांची काळजी करत जगतात, तसेच आम्हीही आमच्या दोन पोरींच्या काळजीत असू. कामाचा रामरगाडा आणि पालकत्वाच्या जबाबदारीतून मुक्त झाल्यावर उतारवयाचा काळ तरी एकत्र, निवांतपणे घालवावा, असं आम्हाला वाटायचं; पण आता कॅन्सरमुळे यावर विरजण पडण्याची खूप शक्यता होती. फिलिप ऑपरेशनमधून व्यवस्थित बाहेर आला हा आम्हाला चमत्कारच वाटला आणि ही सुटी म्हणजे जणू नियतीनं केलेली मेहरबानी होती... पण हे स्वप्न फार काळ टिकणार नव्हतं.

फिलिपला जास्त त्रास होण्याची वेळ हमखास मला ऑफिसमध्ये जास्त

तणावपूर्ण काम असल्याच्या वेळीच यायची. जगण्या-मरण्याच्या तुलनेत ऑफिसातलं काम क्षुल्लक वाटू शकतं, पण म्हणून 'कॅन्सर'च्या बेटा भोवतालून चालू असलेला जीवनाचा प्रवाह खंडित होत नसतो. कधीकधी सगळं सांभाळताना माझी खूप ओढाताण व्हायची; पण बहुतेक वेळा ऑफिस म्हणजे 'नॉर्मल' गोष्टींचं मरुद्यान वाटायचं.

मला बर्लिनला मीटिंग असल्यामुळे ऑपरेशनच्या आदल्या दिवशी मी न्यू यॉर्कला पोहोचू शकले. दोन वर्षांनतर मार्सडेनमध्ये काही महत्त्वाचे रिपोर्ट्स घ्यायला जायचं होतं तेव्हा नेमकं मला एका अमेरिकन लेखकाला जेवायला घेऊन जावं लागलं होतं. मी जेवणाचा कार्यक्रम जरा आवरता घेतल्यामुळे त्याला थोडं आश्चर्य वाटलं होतं.

जेवणाचं टेबल सोडताना मी चिंताक्रांत होते. तपासणीच्या रिपोर्ट्सची वाट बघणं, म्हणजे कॅन्सर झालेल्यांना जन्मठेपेची शिक्षा वाटते. फिलिपच्या बाबतीत बोलायचं तर रिपोर्ट चांगला नसेल तर आम्हाला आधीच कुणकुण लागत असे. या खेपेलाही असंच झालं. सूडबुद्धीनं कॅन्सरचं पुनरागमन झालं होतं. त्या दुपारी सर्व स्वप्नं विरून गेली.

आता आमच्यासमोर उपचारांचे फारसे पर्याय उरले नव्हते. फिलिपनं वेगवेगळ्या प्रकारची केमोथेरपी घेऊन पाहिली; पण कुठल्याचाच फारसा उपयोग झाला नाही. पुन्हा ऑपरेशन करण्यावाचून गत्यंतर नव्हतं.

आम्ही पुन्हा एकदा अमेरिकेला मरे ब्रेननकडं जावं असं मार्सडेनमधल्या डॉक्टरांना आधी वाटलं. ब्रेननना केस नीट माहीत होती; पण यावेळी मात्र मी साफ नकार दिला. पुनश्च स्लोनकेटरिंग, तिथलं काहीसं आलिप्त वातावरण आणि इतर सगळी जमवाजमव करायची माझी तयारी नव्हती. दुसऱ्यांदा ऑपरेशन जास्त क्लिष्ट असल्यामुळे मरे ब्रेननदेखील एक सहकारी सोबत हवा होता. मला हेही ठीक लक्षण वाटलं नाही. यातून आम्ही सहीसलामत बाहेर पडण्याची शक्यता नव्हती.

इथे इंग्लंडमध्ये, आपल्या जवळ कोणीतरी निश्चित असेल असं मी डेव्हिड कनिंगहॅमना म्हणत राहिले. मार्सडेनमधल्याच एखाद्या सर्जनला भेटण्याचा आमचा मानस होता; पण दुसरं ऑपरेशन करायला फारसं कोणी तयार होणार नाही, असं डेव्हिडचं म्हणणं. मग त्यांनी माइक ग्रिफिनचा उल्लेख केला. न्यूकासलमधल्या अनुभवाविषयी फिलिपनं लिहिलं आहेच. पहिल्या तपासणीनंतर फिलिपला परत आणायला मी न्यूकासलला गेले. पुढच्या काही महिन्यांत ग्रेट नॉर्थ-ईस्टर्न रेल्वेने अनेक वेळा प्रवास होऊ घातला होता.

प्रा. ग्रिफिन स्पष्टवक्ते आहेत. ते दुसरं ऑपरेशन करायला तयार होते; पण आम्हाला, विशेषत: मला यातले सर्व धोके समजले पाहिजेत, असा त्यांचा आग्रह होता. मीही मनोभावे ही भयाण यादी कागदावर उतरवून घेतली. न्यूकासलमध्ये आमचं बिऱ्हाड हलवायचं ठरलं. ग्रे स्ट्रीटवरच्या एका मध्यवर्ती फ्लॅटमध्ये आम्ही सामान हलवलं. हा फ्लॅट 'फुटबॉलर्स वाइव्ह्ज'मधल्या घरासारखा होता, असं मी फिलिपला चिडवलं. ऑपरेशनच्या आदल्या रात्री आम्ही बाहेर जेवायला गेलो. मी इतकी भांबावलेली होते की उपाहारगृहात माझी पर्स विसरून आले.

आणखी एक ऑपरेशन. पुन्हा एकदा कॉफी शॉपमधली प्रतीक्षा. चिंता म्हणजे किटलीत उकळणाऱ्या पाण्यासारखी असते. माझ्या मनाची अवस्था उकळी फुटायला आलेल्या पाण्यासारखी होती. सतत बुडबुडे; पण वाफ निघून जायला कुठं वाट नाही. या अवस्थेला काहीही इलाज नसतो. आपापल्या परीनं आहे ते सहन करावं लागतं.

ऑपरेशन सुरू झालं त्याला पाच तास झाले होते. मी पाय मोकळे करायला बाहेर पडले, तर पहिल्या फेरीनंतर थोड्या विश्रांतीसाठी बाहेर पडलेले प्रा. ग्रिफिन मला भेटले. आणखी पाच तासांच्या कष्टप्रद कामानंतर ते मला त्यांच्या छोट्या ऑफिमध्ये भेटले. एखाद्या तरबेज सर्जनलाच साधेल, अशा प्रकारे ऑपरेशन यशस्वी झालं होतं.

फिलिपचं संपूर्ण जठर काढून, अन्नासाठी आतड्याची एक पिशवी तयार करायची असं ऑपरेशनच्या शेवटी प्रा. ग्रिफिनना वाटलं होतं; पण हे करण्यात आणखी चार तास गेले असते. अजूनही ते यावर विचार करत होते, हे त्यांच्या चेहऱ्यावर दिसत होतं. मी म्हणाले, 'पण फिलिपच्या जठराकडे पाहून, आहे तेवढा भाग तसाच ठेवायचा निर्णय तुम्ही घेतला. या निर्णयाच्या पाठीमागं तुमचा प्रदीर्घ अनुभव होता.'

'तुम्हालाही निर्णय घेण्याच्या प्रक्रियेबाबत समजतं तर,' ते म्हणाले.

'होय, बरोबर आहे; पण माझ्या निर्णयांचा जीवन-मरणाशी संबंध नसतो. तुम्ही फिलिपच्या बाबतीत योग्य निर्णय घेतला, असं मला वाटतं.'

आमच्या या संवादाबद्दलही मी फिलिपशी काही बोलले नाही.

न्यू यॉर्कपेक्षा इंग्लंडमधला आय.सी.यू.चा अनुभव खूप वेगळा होता. मला पूर्वसूचना दिलेली असूनही, ऑपरेशननंतर श्वासनलिकेत ट्यूब घातलेल्या फिलिपच्या या अवताराला मी घाबरले. तो चक्क एखाद्या मृतदेहासारखा वाटत होता. त्याला रात्रभरासाठी झोपेचं औषध दिलं असल्यानं मी घरी जावं असा सल्ला मला देण्यात आला. मी दुसऱ्या दिवशी सकाळी लवकर आले तोपर्यंत ती ट्यूब काढलेली होती;

पण फिलिप जेमतेमच शुद्धीवर होता. त्याला खूप दुखत असावं असं वाटलं म्हणून मी त्याच्याजवळ बसले. त्याला काय हवंय याचा अंदाज बांधत राहिले. मी हे सगळं कसं निभावून नेलं, कशी खंबीर राहिले ईश्वर जाणे!

डेथ झोनमध्ये काळ कसा 'लवचीक' बनतो याबद्दल फिलिपनं लिहिलंय. काळाला भावना आकार देतात असं तो म्हणतो. ही गोष्ट त्याच्या दोन्ही मोठ्या ऑपरेशन्स नंतरच्या काळालासुद्धा लागू आहे. इथं विचार असतो तो येणारा तास तग धरण्याचा. एक तास दुसऱ्या तासात मिसळतो, दुसरा तिसऱ्यात... असं चालू असतं. तुमचं संपूर्ण लक्ष पेशंटवर असतं; त्यामुळे जीव आणि काळ जणू अधांतरी असतात. जणू केवळ इच्छाशक्तीच्या जोरावर तुम्ही त्याला बरं करणार असता. यात सोपस्कारांचाही काही भाग असतो. दररोज हॉस्पिटलपर्यंत पायी जाणं, तिथल्या उपाहारगृहातलं कॉफीपान, टीव्हीची वर्गणी 'टॉप-अप' करणं... दिवसभरातल्या अशा अनेक गोष्टी, ज्या करता करता तुमचा दिवस संपत असतो आणि वेळेला परिमाण मिळत असतं.

न्यूकासलमधलं एकूण वातावरणच 'भक्कम' आणि धीर देणारं होतं. इथल्यापेक्षा चांगली सेवा कुठे मिळाली असती असं वाटत नाही; पण काही महिन्यांनी आम्ही पॅथॉलॉजी रिपोर्ट्स घ्यायला गेलो तेव्हा मात्र वाईट बातमीच ऐकावी लागली.

पुन्हा एकदा फीडिंग ट्यूब आणि मार्सडेनमध्ये रेडिएशन घेणं आलं. माझ्या अंगावर अगदी काटा येतो. रात्रीच्या वेळी त्या नळीतून अन्न खाली जाताना होणारा तो आवाज, अन्न इकडंतिकडं गेल्यावर वाजणारा 'बीप' आणि नळी निघून आली तर सर्वत्र पसरणारा दाट पिवळा द्रव! पण हीच फीडिंग ट्यूब फिलिपची जीवनदायिनी असल्यामुळे मी डोळ्यांत तेल घालून तिची काळजी घेत होते.

नळीला जागेवर ठेवणारे टाके मी सतत तपासून पाहत असे. फिलिप सारखी ती ओढून काढायचा, म्हणून.

आमचं जीवन पुन्हा एकदा चाकोरीतून जाऊ लागलं. फिलिपला 'औषधं घे' म्हणून मागं लागणं. तोंडाने थोडं तरी अन्न घेण्याचा आग्रह करणं. मला सारखी त्याची काळजी वाटायची. फिलिपच्या पश्चात माझ्या आयुष्याचा विचार करत बसण्यापेक्षा काळजीने मन व्यापून ठेवणं मला सोपं वाटत होतं.

जेरूसलेम पुस्तक मेळाव्याला खूप वर्षं येत राहीन, असं संयोजक झेव बर्गरला मी मागे कबूल केलं होतं. फिलिपचं आता सुरळीत चालू लागल्यामुळे जेरूसलेमला जायला काही हरकत नसावी, असा माझा अंदाज होता. आमच्या

प्रकाशन संस्थेच्या एका लेखकाला – इयान मॅक्इवानला या मेळाव्यात पुरस्कार मिळणार असल्यानं जायचा निर्णय घेणं मला सोपं गेलं. एक नर्स आणि आमच्या दोन पोरींवर फिलिपची जबाबदारी सोपवून मी निघाले. विमानात असताना 'तू काळजी करू नकोस,' असं सांगायला फिलिपनं फोन केला. तो असं सांगतो तेव्हा हमखास काहीतरी वाईट घडलेलं असतं. यावेळी त्यानं फीडिंग ट्यूब ओढून काढली होती. न्यूकासलच्या सूचनेनुसार तो आणि जॉर्जिया यू.सी.एच.मध्ये गेले होते. नळी ओढून काढल्यावर काही तासांच्या आत जर तुम्ही ती नळी त्याच मार्गानं आत घातली तर बहुतेक वेळा ऑपरेशन करावं लागत नाही. या खेपेला एका उत्तम इटालियन डॉक्टरने ही करामत केली; पण तरी जेरूसलेमला पोहोचेपर्यंत मी काळजी करत राहिले.

पुढचे काही महिने फीडिंग ट्यूब आमच्या आयुष्याचा केंद्रबिंदू बनली. यू.सी.एच.च्या अनेक वाऱ्या झाल्या. रेडिएशन संपल्यानंतर फिलिपनं ती ओढून बाहेर काढली, ती कायमचीच!

न्यूकासलच्या मंडळींमुळे आम्हाला एक वर्ष मिळालं, जे एरवी शक्य झालं नसतं. इतकंच नव्हे तर आम्ही उन्हाळी सुटी इटलीत घालवण्याचं फिलिपचं अनेक वर्षांचं स्वप्न साकार झालं. दोन उत्तम हॉटेलांमध्ये आम्ही मुक्काम केला; पण सारं आलबेल नव्हतं. आजारपणाच्या संगतीत खूप काळ घालवल्यावर तब्येतीतले सूक्ष्म बदल लक्षात येण्यासाठी कधीकधी तुम्हाला असं घरापासून दूर जावं लागतं.

सुटीच्या पहिल्या आठवड्यात फिलिप बऱ्यापैकी खात होता, पण तरीही तो खंगत चालला होता; सांगाडा वाटू लागला होता, असंच म्हणा ना! दुसऱ्या आठवड्यात तर पोटात काहीच टिकत नव्हतं. फिलिप 'द अन्फिनिश्ड रिव्होल्यूशन' या त्याच्या पुस्तकाच्या दुसऱ्या आवृत्तीवर काम करत होता, हे एक प्रकारे बरंच म्हणायचं, कारण या कामापुढे त्याला दुसऱ्या कशाचंही भान नव्हतं. त्याची तब्येत खूप खराब होत चालली होती, पण हाती घेतलेलं काम आधी पूर्ण होणं आवश्यक होतं.

आम्ही घरी परतलो तेव्हा ट्यूमर मार्कर्सचं प्रमाण खूपच वाढलेलं होतं. झालं! मी पूर्णपणे खचले. आम्ही 'स्लो मोशन'मध्ये एका मोठ्या भिंतीवर धडकायच्या बेतात आहोत असं मला वाटलं आणि ही धडक कशी टाळायची याची मला सुतराम कल्पना नव्हती.

प्रा. कनिंगहॅम यांनी 'पॅलिएटिव्ह केमोथेरपी' सुचवली. 'पॅलिएटिव्ह' म्हणजे जेव्हा आजार बरा होणार नसतो, तेव्हा त्रास थोडाफार कमी करण्यासाठी केलेला औषधोपचार; पण याकरिता अगोदर फीडिंग ट्यूब पुन्हा एकदा घालावी लागणार होती.

या खेपेला ट्यूब घालण्याच्या ऑपरेशननंतरचा काळ अतिशय वाईट गेला. ज्या डॉक्टरांनी हे ऑपरेशन केलं, ते चीनला निघून गेले होते. शेवटच्या डावाला सुरुवात झाल्यासारखं वाटत होतं. त्यात भर म्हणजे पुढील उपचारांसंबंधी असलेले मतभेद. शेवटी त्रास वाढतच गेला तेव्हा हॉस्पिटलने फिलिपचं अन्न बंद करून टाकलं.

आता शौचाला होईना; पण त्याकरिता रेचक दिलं असतं तर आतल्या-आत गळती होण्याचा धोका होता. नळीतून अन्न देणं शक्य नव्हतं. इकडं आड, तिकडं विहीर अशी स्थिती होती. डॉक्टर आन्द्रेयेव्ह इथं असते, तर किती बरं झालं असतं! पण ते रजेवर होते. ते परत आले तोवर किमान गळती होत नसल्याची खात्री झाली होती. त्यांनी रेचक घ्यायला लावल्यावर परिस्थितीत थोडी सुधारणा झाली.

फिलिप आणि माझ्यातले हिशेबठिशेब पूर्ण करायचे अखेरचे तीन दिवस सुरू झाले. मला आठवतंय, एके दिवशी मी मार्सडेनमध्ये आले तेव्हा फिलिप खचलेल्या मन:स्थितीत होता. जणू परिस्थितीच्या गांभीर्याने त्याचा पराभव केला होता. जे चाललं होतं त्याबद्दल त्याला एवढं दु:ख झालेलं मी आतापर्यंत पाहिलं नव्हतं. यामुळे मी अक्षरश: उद्ध्वस्त झाले.

गेल्या चार वर्षांत अनेक वेळा त्याला यातना सोसाव्या लागल्या होत्या किंवा नैराश्याचे प्रसंग आले होते; पण तो या सर्व प्रसंगी सतत आशावादी राहिला होता. वाइटातल्या वाईट बातमीतून तो काहीतरी सकारात्मक शोधून काढत असे; पण आता कॅन्सरने त्याची मगरमिठी आम्हा सर्वांभोवतीच आवळली होती.

फिलिपनं 'उद्दिष्टा'बद्दल बरंच काही लिहिलंय; त्यावर तो बरंच बोललाही आहे. विशेषत: कॅन्सर होण्यामागे नियतीचा काहीतरी 'हेतू' असावा, असं त्याला वाटत आलंय; पण आता सारंच निरर्थक वाटत होतं. उरलं होतं फक्त दु:ख आणि काहीतरी गमावल्याची भावना.

त्याला होत असलेल्या वेगवेगळ्या प्रकारच्या त्रासांनी त्याचं सत्त्वच शोषून घेतल्यासारखं झालं होतं. त्याचा त्रास डोळ्यांदेखत पाहणं आणि त्याच्या शरीरावर हुकमत गाजवणाऱ्या शक्तीपुढं हतबल असणं हे खूप क्लेशदायक होतं. कॅन्सर पेशंटला होणाऱ्या यातनांबाबत फारसं संशोधन झालेलं नाही. त्याबद्दल फार लिहिलंही गेलं नाही. मार्सडेनप्रमाणे बहुतेक हॉस्पिटलमध्ये उत्कृष्ट 'पॅलिएटिव्ह केअर युनिट्स' आहेत. इथं वेदनाशमन आणि मृत्यूशी संबंधित कक्षेत येईपर्यंत मात्र सगळाच 'अंदाजपंचे' कारभार असतो.

केमोथेरपीमुळे होणाऱ्या मळमळीवर बऱ्यापैकी उपाय उपलब्ध आहेत; पण केमो किंवा रेडिएशनमुळे पचनसंस्थेवर होणाऱ्या अन्य अनेक दुष्परिणामांवर पुरेसं

संशोधन झालेलं नाही. हा विषय डॉ. आन्द्रेयेव यांच्या जिव्हाळ्याचा आहे. या दुष्परिणामांची यादी अतिशय खचवणारी आहे.

डॉ. आन्द्रेयेवनी सुचवलेले उपाय मूळ आजार बरा करत नसले तरी त्यांची सहजसुलभ औषधयोजना कायापालट करू शकते. फिलिपला तरी असा अनुभव आला. प्रा. ग्रिफिनच्या मनातही त्यांच्या केंद्रात आन्द्रेयेव यांची पद्धती अंगीकारायची आहे. या पुस्तकाच्या विक्रीतून मिळणाऱ्या रकमेचा काही भाग या कारणासाठी देणगी म्हणून दिला जाईल.

फिलिपनं स्वत:चं प्रौढ जीवन अतिशय योजनाबद्ध पद्धतीनं घालवलं. त्याचा 'प्लॅन' कदाचित त्याच्या जवळच्यांनाही सकृतदर्शनी लक्षात येणार नाही; पण तो एकाच वेळी अनेक पातळ्यांवर कामं करत असे. त्याची कोणतीही कृती दीर्घकालीन उद्दिष्टांवर नजर ठेवून केलेली असे. याखेरीज त्याला असाधारण मर्मदृष्टी (इनसाइट) आणि एखाद्यातलं नेमकं सार शोधून काढण्याची हातोटी लाभली होती. तो लोकांबद्दल सूक्ष्म निरीक्षण करू शकायचा आणि एखाद्या व्यक्तीच्या मनात नेमका कुठं हात घालून त्याला खुलवायचं हे त्याला सहजगत्या जमत असे. लोकांच्या वरवरच्या बोलण्यावर न जाता, त्यांच्या मनात दडलेले विचार आणि भावना तो ओळखू शकायचा. त्याचे 'फोकस ग्रुप्स' यशस्वी न होते तरच नवल!

अगदी थोड्या ओळखीतही तो समोरच्या व्यक्तीवर असा परिणाम करू शकायचा. त्याच्या मृत्यूनंतर आलेली असंख्य पत्रं याला साक्षी आहेत. थोड्याशा, उत्कट संवादांतून व्यक्तीचं मर्म ओळखून त्याच्या विचारांना चालना किंवा दिशा देत, तो समोरच्याचं अवघं जीवन पालटू शकायचा. फिलिपच्या या अनोख्या गुणाचा अनुभव घेतलेले अनेक लोक मला अजूनही भेटतात. अगदी अलीकडे दिल्ली विमानतळावर पहाटेही असाच एकजण भेटला होता!

त्याचा मित्रपरिवारदेखील फिलिपबद्दल मनापासून बोलतो. फिलिपपाशी प्रत्येक माणसाला द्यायला वेळ असे. समोरच्याची नेमकी समस्या ओळखून, विवेकी सल्ला देऊन त्या माणसाचा आत्मविश्वास वाढवणे आणि त्याला जे करायचं आहे ते सुलभ करून देणं म्हणजे फिलिपचं वैशिष्ट्य. आयुष्याच्या अखेरच्या वर्षांत मॅथ्यू फ्रॉइडबरोबर काम करताना फिलिपने असंख्य राजकीय लोकांना, व्यावसायिकांना आणि 'ॲकॅडमिक्स'ना मार्गदर्शन केलं आहे. अगदी प्रवास न झेपण्याइतकं आजारी पडेपर्यंतच्या अवस्थेतही लोक त्याला भेटायला येत राहिले.

फिलिपचा मृत्यूच्या संदर्भातला 'प्लॅन' अगोदर माझ्या किंवा मुलींच्या लक्षात आला नाही. तो नव्यानं एका ध्येयाच्या, उद्दिष्टाच्या शोधात आहे याची साधारण कल्पना आम्हाला होती; पण मृत्यूविषयीचे विचार त्याला सार्वजनिक करायचे होते

हे आम्हाला ठाऊक नव्हतं.

'द अन्‌फिनिश्ड रिव्होल्यूशन'च्या प्रकाशनाच्या निमित्तानं तो दोन मुलाखती देणार होता. अॅन्ड्रू मारला दिलेली मुलाखत व्यवस्थित पार पडली असं त्याने मला फोन करून सांगितलं. मुलाखतीच्या शेवटी त्याच्या कॅन्सरविषयी प्रश्न विचारला गेला. त्याबद्दल त्यानं मनातले काही विचार बोलून दाखवले; पण ते प्रक्षेपित केले जाणार नाहीत असंही फिलिपनं मला सांगितलं होतं; पण त्या रविवारी टीव्हीवरची मुलाखत बघताना आम्हाला धक्काच बसला. सगळ्यांना रडू आलं.

फिलिपनं 'गार्डियन' वर्तमानपत्राच्या सायमन हॅटेनस्टनला मुलाखत दिली तेव्हा मी अधिकच अस्वस्थ झाले. सायमन एखाद्याच्या खासगी आयुष्यात लीलया हात घालू शकायचा आणि फिलिपला याबाबतीत घोळात घेणं सोपं होतं. शिवाय त्याची प्रकृती जशी खालावत गेली तशी माझी काळजी वाढत गेली होती; पण फिलिपनं आम्हाला ताकास तूर लागू दिली नाही. मुलाखत खास करून माझ्या पुस्तकाबद्दल झाली; 'हां, शेवटी शेवटी मी मृत्यूविषयी चार गोष्टी बोललो, नाही असं नाही,' हे त्याचं वक्तव्य!

पण ही मुलाखतही अतिशय खासगी गोष्टींचा ऊहापोह करणारी ठरली. माझ्यासाठी तर थोडी जास्तच! पण या मुलाखतीचा लोकांवर खूप प्रभाव पडला, हे नंतर आलेल्या पत्रांवरून समजलं. तिनं अनेकांच्या आयुष्याला स्पर्श केला. सायमन आणि फिलिपच्या तारा एकदम जुळल्या. फुटबॉलविषयी एकमेकांना मेसेजेस पाठवण्याइतपत त्यांची गट्टी जमली. फिलिप गेला त्याच्या आदल्या दिवशीच सायमनचा एक मेसेज आल्याचं मला आठवतंय.

फिलिपच्या प्लॅनच्या दुसऱ्या एका भागाचा पत्ता लागला तो अॅड्रियन स्टायर्नकडून. अॅड्रियन आणि मॅथ्यू फ्रॉइडनं जगभरातल्या (विशेषत: द. आफ्रिकेतल्या) निवडक प्रसिद्ध व्यक्तींबद्दल एक प्रकल्प हाती घेतला होता. अॅड्रियन एक असाधारण छायाचित्रकार आणि चित्रपट निर्माता होता. त्याला फिलिपचे मृत्यूविषयक विचार जाणून घ्यायचे होते आणि थोडं छायाचित्रणही करायचं होतं. हायगेट सिमेटरीत फिलिपच्या कबरीजवळ फिलिपचा फोटो काढावा, असं दोघांनी ठरवलं.

मी कुठल्याही गोष्टीचा तात्त्विक पातळीवर फारसा विचार करू शकत नाही. अंत्यसंस्कारांची तयारी माझ्यावर सोपवली गेली, तर माझ्या हातून काहीतरी गोंधळ होईल, चुका होतील असं मी फिलिपला सांगितलं. मग हे काम आम्ही दोघांनी मिळून करायचं ठरवलं. यात अॅलन मोझेसला अनेक वेळा भेटणं, सेंट मार्गारेट्स चर्चला भेटी वगैरे सगळं आलं. या प्लॅनमध्ये दहन आणि दफन हे दोन्ही होतं; पण त्यासाठी आधी जागा निश्चित करायला हवी होती.

जिथं खूपदा जाता येईल अशी जवळची जागा मुलींना हवी होती. फिलिप

आणि मी हायगेट सिमेटरीच्या व्हिक्टर हरमनला जाऊन भेटलो. त्यानं आम्हाला अनेक प्लॉट्स दाखवले; पण आमच्या पसंतीला काही ते उतरत नव्हते. शेवटी एक टेकाड चढून गेल्यावर असलेली जागा आम्हाला एकदम आवडली. ती अगदी मध्यवर्ती होती. लख्ख ऊन पडलं होतं. आजूबाजूला फुलं बहरली होती. आम्हाला दोघांनाही तिथं खूप शांत वाटलं.

व्हिक्टरच्या ऑफिसात गेल्यावर त्यानं एक जाडजूड, हॅरी पॉटरच्या कथेत शोभेल अशी जुनी वही बाहेर काढली. आम्हाला आवडलेला प्लॉट उपलब्ध असल्याची खात्री केली. आम्ही तिथल्या तिथं तो विकत घेतला. व्हिक्टरचं उभं आयुष्य मृत्यूभोवती गेलं आहे; पण त्याची संवेदनशीलता, थोडीशी विनोदबुद्धी आणि योग्य तेवढं गांभीर्य पाहून आम्ही रिलॅक्स झालो. योग्य जागेची निवड केल्याचं समाधान आम्हाला मिळालं.

अशा प्रकारे तयारी करणं विचित्र वाटणं शक्य आहे. पण या गोष्टींकडं लक्ष पुरवणं मला दिलासा देणारं होतं. फिलिपला कोणत्याही गोष्टीची सूत्रं स्वत:कडे हवी असतात; त्यामुळे तोही आता निवांत होता. त्याला हव्या त्याप्रमाणे सगळ्या गोष्टी होणार, याचं समाधान मिळालं.

माझ्या एकटीवर ही जबाबदारी टाकून मला टेन्शन द्यायची त्याची इच्छा नव्हती. स्वत:च्या नवीन विश्रामस्थानाची आधीच अशी व्यवस्था करून ठेवणं हे त्याला समाधान देणारं होतं.

गुरुवार, २७ ऑक्टोबर, सकाळी साडेसातची वेळ. फिलिपच्या मृत्यूच्या फक्त अकरा दिवस आधी... फोटो सेशनला फिलिपला नेण्यासाठी ॲड्रियन त्याच्या टीमसह आला. सभोवताली इतके हुशार आणि तरुण लोक असल्यामुळे फिलिप खूश होता. थंडी असल्याने बरोबर गरम पाण्याची पिशवी न्यावी, या माझ्या म्हणण्याकडं त्यानं दुर्लक्ष केलं. त्यानं विनाकारण स्वत:ची ओढाताण करू नये म्हणून अधूनमधून मी फोन करत राहिले. शुक्रवारी आम्ही शहरापासून दूर, देशावर गेलो; मुलाखतीच्या दुसऱ्या भागाचं चित्रीकरण तिथं होणार होतं.

घरी परतला तेव्हा फिलिप आणखी दमलेला वाटला. जिना चढून आल्यावर त्याला थोडा दमही लागला. बाहेरच्या गारठ्यामुळे असेल असं मला वाटलं; पण उजाडेपर्यंत दम लागणं वाढतच गेलं आणि सोमवारी रात्री तर खूपच त्रास झाला. काहीतरी चांगलीच गडबड आहे असं मला जाणवलं.

हा नाट्याचा शेवटचा प्रवेश तर नाही ना? हॉस्पिटलला रात्रीच फोन करून सांगावं असं मला वाटलं; पण फिलिप नको म्हणाला. नाहीतरी दुसऱ्या दिवशी सकाळी केमोसाठी हॉस्पिटलमध्ये जायचं होतं, असं त्याचं म्हणणं. खरंतर त्याला

आता केमोसुद्धा सहन होत नव्हती. सकाळी तो इतका आजारी वाटला की मी हॉस्पिटलला फोन करून एक्स-रे चीही तयारी करून ठेवायला सांगितलं.

पुढं काय काय झालं, हे जॉर्जियानं लिहिलं आहे. माझ्या आयुष्यातला हा सर्वांत गडबडीचा आठवडा ठरायचा होता. फिलिपचे सर्व जवळचे मित्र येऊन गेले – टोनी ब्लेअर, ॲलस्टेअर कॅम्पबेल, मॅथ्यू फ्रॉइड; आम्हाला त्यांचा खूप आधार वाटायचा. माझी नणंद जिलदेखील आली. शिवाय बाहेरगावचे अनेक आप्तेष्टही संपर्कात होते.

आय.सी.यू.च्या त्या खोलीत आम्ही आमचं एक स्वतंत्र जगच तयार केलं होतं; पण फिलिप आमच्यातून निघून जायच्या बेतात होता. तो शुद्धीवर असल्याच्या शेवटच्या दिवशी त्यानं लॅपटॉप मागवला; पण बोटांना चिमटे लावलेले असल्यामुळे त्याला टाइप करता येईना. चिमटे काढूनसुद्धा त्याला जमेना म्हणून मी टाइप करते असं त्याला सुचवलं. तो सांगू लागला; पण बऱ्याचदा सांगून झालेली गोष्ट पुन्हा सांगू लागायचा. हे त्याच्या लक्षात आणून दिलेलं त्याला अजिबात आवडायचं नाही. प्रत्येक शब्द घशातून बाहेर काढताना त्याला त्रास होत होता. हा त्रास बघवत नव्हता आणि त्याचा घोगरा, ओढलेला आवाज ऐकवत नव्हता.

त्या दिवशी त्याच्या मनात परस्परविरोधी भावना आणि विचारांचं थैमान चालू असणार – उत्कटता, भीती, मृत्यूला केलेला कडवा प्रतिकार आणि तरी परिस्थितीचा स्वीकारसुद्धा! एकीकडे त्याच्या शरीरातून जिवंतपणा शोषून घेणारा कॅन्सर आणि कृश झालेलं शरीर. तर दुसरीकडे स्वतःला व्यक्त करायला धडपडणारं, वेळ संपत आल्याचं भान असलेलं अधीर मन. आदल्याच रात्री त्यानं पॅडवर लिहून ठेवलं होतं- 'काल रात्री जॉर्जिया, ग्रेस आणि तू, माझा हात तुम्ही धरून ठेवला होता, तेव्हा फार फार बरं वाटलं. देवानं मला आशीर्वादच दिला होता.'

जॉर्जियानं लिहिलंच आहे की फिलिपला स्वतःचं मरण उभं ठाकलेलं दिसत होतं. त्याच्या स्वप्नांतही ते होतंच. काळ्याकुट्ट स्वप्नांपाठोपाठ त्याला राजवाडे, रंगीबेरंगी चित्रं, नाचगाणी आणि आनंदानं भरलेली दृश्यं दिसत होती. एक लांबच लांब, न संपणारा रस्ताही होता. ही स्वप्नं विलक्षण होती असं तो म्हणाला.

फिलिपच्या मृत्यूच्या क्षणाविषयी मी अनेकांशी बोलले. त्यातले काही लोक अतिशय धार्मिक मनोवृत्तीचे होते, तर काही नास्तिकही. ज्या क्षणी फिलिपनं प्राण सोडला, त्या क्षणी त्याचं शरीर शहारलं. तो क्षण परमानंदाचा होता. मला क्षणभर अनंताचं दर्शन झाल्यासारखं वाटलं. हॉस्पिटलची ती खोली तेजानं भरून गेल्यासारखी वाटली. हा परिणाम इतक्या दिवसांच्या शिणवट्यामुळे आणि दहा तास चालू असलेल्या भक्तिसंगीतामुळे झाला असावा, असं माझं विवेकी मन मला सांगतं; पण फिलिपचा आत्मा मुक्त होताना त्याने मला दिलेली ही अखेरची भेट असावी,

असंही मन सांगतंय.

मला वाटत नाही की कोणी खऱ्या अर्थानं मृत्यूशी समझोता करू शकतं. शोकाबद्दल अंदाज बांधणं अवघड असतं. फिलिप गेल्यानंतरचा पहिला महिना अतिदु:खात गेला. एकीकडे तो गेल्याचा धक्का आणि सैरभैर झालेलं मन. दुसरीकडे मृत्यूचा दाखला मिळवणं, अंत्यविधी संदर्भातली कामं आणि मृत्युपत्र प्रमाणित करणं अशी कामं.

काही काळ फिलिपचा ब्लॅकबेरी माझ्या बिछान्यापलीकडेच होता. अजूनही अधूनमधून त्याचा लाल दिवा लुकलुकत होता. संपर्कासाठी हे फिलिपचं आवडीचं साधन होतं. ब्लॅकबेरी असा शांत असणं फिलिपचं आमच्यात नसणं अधोरेखित करत होतं. मग एका रात्री तो अचानक वाजला. नकळत कूस बदलत मी फिलिपला उद्देशून म्हणाले, 'कोण मूर्ख आहे तुला मध्यरात्री फोन करणारा? तू मेला आहेस हे त्याला ठाऊक नाहीये का?' बिछाना रिकामा आहे हे क्षणभर मी विसरूनच गेले होते! तो फोन उचलायचं भानही मला राहिलं नाही.

एखाद्याचा मृत्यू झाल्यानंतर त्या सगळ्यातून बाहेर येणं आणि आपलं जीवन चालू ठेवणं लोकांना का जमत नसेल हे आता मला कळलं. पुढचे अनेक महिने मला बोलावंसं वाटायचं, ते ज्या मित्रांचं किंवा लेखकांचं कोणीतरी वारलं आहे अशांशीच! मला वाचनासाठी अनेक पुस्तकं सुचवली गेली; पण मी फक्त काव्य तेवढं वाचू शकत होते. फिलिप गेला त्याच दिवशी त्याची फीडिंग ट्यूब आणि इतर वैद्यकीय सामग्रीची मी विल्हेवाट लावली; पण हे सोडलं तर त्याच्या कुठल्याच वस्तूंना हात लावायला मी अजून धजावले नाहीये. त्याचं निव्वळ 'नसलेपण' पचवणं मला खूप अवघड जातंय. चार्ल्स डिकन्सच्या 'मिस हॅविशॅम' या व्यक्तिरेखेसारखी माझी स्थिती होईल की काय, अशी मला भीती वाटते.

फिलिप गेल्यानंतर मी तीनएक महिने रजा का घेतली नाही, असं काहींनी मला विचारलं. मी रिकाम्या वेळात काहीही करू शकले नसते, याची त्यांना कल्पना नसावी. शोक ही गोष्ट काळाच्या चौकटीत बसवता येत नाही.

सध्या मी फिलिपचा वारसा सांभाळण्यात व्यग्र आहे. हे पुस्तक म्हणजे त्याचाच एक भाग. अॅड्रियननं बनवलेली फिल्म आणि या पुस्तकाच्या मलपृष्ठावर फिलिपचं व्यक्तिचित्र हाही त्याचाच एक भाग होता. हा फोटो नंतर नॅशनल पोर्ट्रेट गॅलरीच्या संग्रहात जाईल. इसोफेजियल कॅन्सरच्या संदर्भात काम करणाऱ्या अनेक सेवाभावी संस्था आहेत. या आजारावर चालू असलेल्या संशोधनासाठी मला निधीसंकलन करायचं आहे. या कॅन्सरबद्दल लोकांमध्ये जागरूकता निर्माण करणं,

तो कसा टाळता येईल हे बघणं आणि त्यावरचे उपचार यासंबंधीच्या माहितीचा प्रसार होणं आवश्यक आहे.

माझ्या स्वत:साठी तसेच जॉर्जिया आणि ग्रेसकरताही अजून मी फिलिपच्या मृत्यूचा अन्वयार्थ लावू शकलेले नाहीये. आम्हा तिघींच्या आयुष्याचा केंद्रबिंदूच हिरावून घेतला गेला आहे.

या सगळ्या कर्माचा अर्थ लावायचा झाला, तर आम्हाला बघावं लागणार आहे ते मृत्यूसमोर असतानाही फिलिपने दाखविलेल्या धैर्याकडे, 'चांगला मृत्यू' असू शकतो या फिलिपच्या म्हणण्याचा अर्थ लावावा लागणार आहे. या पुस्तकाच्या माध्यमातून फिलिप अजूनही अनेकांच्या जीवनाला स्पर्श करतोय; त्यांना इनसाइट्स देतोय. त्यांना दिलेली ही फिलिपची अतिशय मौल्यवान भेट आहे. जे त्यानं जिवंत असताना केलं, ते सर्व त्याच्या मृत्यूनंतरही असंच चालू राहो.

एका मित्राला लिहिलेलं पत्र

ॲलस्टेअर कॅम्पबेल

फिलिप गूल्ड यांच्या मृत्यूनंतरचा 'हाय मास रिक्विएम' लंडनमधील मार्गारेट स्ट्रीटवरच्या ऑल सेन्ट्स चर्चमध्ये, मंगळवार, १५ नोव्हेंबर २०११ रोजी पार पडला. सारं चर्च माणसांनी भरून गेलं होतं. दोन माजी पंतप्रधानांनी बायबलमधले उतारे वाचले. राजकीय क्षेत्रातील अनेक प्रतिष्ठित मंडळी उपस्थित होती. कुटुंबीयांच्या विनंतीनुसार ॲलस्टेअर कॅम्पबेलने आपला मित्र फिलिप याला, त्याच्या मृत्यूच्या काही काळ आधी पाठवलेली ई-मेल वाचून दाखविली, त्याचा हा मायना.

प्रिय फिलिप,

तुला कॅन्सर झाला असल्याचं सांगण्यात आलं त्या दिवसापासून तू आतापर्यंत दाखवलेलं धैर्य कोणालाही स्फूर्तिदायक वाटेल. आजाराच्या बंधनांना कोणी झुगारू शकत असेल, तर तो तूच. तुझी झुंज चालू ठेवण्याची शक्ती तुला मिळो, अशी अनेकांप्रमाणे मीही आशा करतो.

पण या खेपेला जर आजारानं तुला पराभूत केलं, तर मी एवढंच सांगू इच्छितो – तू एक अतिशय अफलातून माणूस आहेस आणि माझ्यासाठी तर एक असाधारण मित्र. माझ्या मित्रपरिवारापैकी माझं संपूर्ण जीवन व्यापून टाकणारा तूच एकमेव आहेस - माझा भूतकाळ, वर्तमान, राजकारण, काम, आरामाचे क्षण, सुट्या, सहली, खेळ, शिक्षण, पुस्तकं अशा सर्वच बाबींमध्ये तू आहेस; विशेषत: आपली कुटुंबंही एकमेकांचे मित्र आहेत. तू मला भेटलास हे मी माझं भाग्य समजतो. मीच नव्हे तर पत्नी फिओना आणि माझी मुलं – रोरी, कॅलम आणि ग्रेस – सर्वांनाच असं वाटतं. आमच्या आयुष्यातल्या अनेक आनंदाच्या वेळी तू

आमच्याबरोबर होतास; नव्हे, तू आमच्यात असणं हेच आमच्या आनंदाचं कारण असायचं.

कठीण समयीदेखील तुझी साथ मिळायचीच. ॲलेक्स फर्गसननं मैत्रीबद्दल काय लिहिलंय, हे तुला आठवत असेल – 'इतर लोक तुमचा निरोप घेत असताना, जो दारातून तुमच्या घरात प्रवेश करतो, तो सच्चा मित्र.' तुझी मैत्री नेहमीच या प्रकारची वाटत आलीय. मी अतिशय खचलेल्या अवस्थेतही तुझ्या मैत्रीत सामावलेल्या शक्तीमुळे तरलो आहे.

तुझा हेलावून सोडणारा, सुंदर मेसेज मला मंगळवारी मिळाला तेव्हा ती रात्रसुद्धा तू पार करणार नाहीस असं मला वाटलं होतं; माझ्या शरीराचा एक लचका तोडला जातोय असं मला वाटलं. 'आपलं मरण जेव्हा जवळ येतं, तेव्हाच आपण आयुष्य चांगल्या प्रकारे जगलो होतो की नाही, हे आपल्याला समजतं' हे माझं विचित्र मत तुला माहीत आहे. मैत्रीचंही असंच असावं. मित्राचं खरं मोल, तो जातो तेव्हाच कळतं. गेल, जॉर्जिया आणि ग्रेसचं तर अपरिमित नुकसान होणार आहे; पण अनेकांना तुझं नसणं जाणवणार आहे.

आपण सरकारशी निगडित असताना सर्वांत मार्मिक टिप्पणी केली होती ती दहा वर्षांपूर्वी झालेल्या ११ सप्टेंबरच्या हल्ल्यानंतर आपल्या राणीने – 'शोक म्हणजे आपण प्रेमासाठी मोजलेली किंमत.' खूप लोकांना दुःख होईल; पण या दुःखाच्या मोबदल्यात तुझ्या दोस्तीचा आनंद, तुझ्याबरोबर काम केल्याचा, तुझ्याबरोबर सुख-दुःखाचे प्रसंग अनुभवल्याचा आनंद आम्हाला मिळाला आहे. लोक तुझ्यावर खूप प्रेम करायचे. तू ज्या नम्रपणाने आणि ठामपणे जगलास तोच ठामपणा तू मृत्यूला सामोरं जाताना दाखवला आहेस.

तू धीरोदत्त आहेसच; पण मला जो लक्षात राहशील तो कॅन्सरला ज्या पद्धतीने तू तोंड दिलंस त्यासाठी नाही, तर निरोगी असताना तुझ्यात असलेल्या आंतरिक ऊर्जेबद्दल. तुझा उत्साह, राजकारणाबद्दलची आस्था (आणि त्या माध्यमातून काहीतरी चांगलं घडू शकतं हा विश्वास), लेबर पार्टीबद्दलचा जिव्हाळा आणि तळमळ या सगळ्याची नोंद इतिहास घेईल; असा इतिहास जो आपण सर्वांनी घडवला आहे. 'अन्फिनिश्ड रिव्होल्यूशन' या तुझ्या पुस्तकाच्या सुधारित आवृत्तीतला करारी सूर मला खूप आवडला – आपण राजकारणात आणि ब्रिटनमध्ये जे बदल घडवून आणले ते चांगलेच होते; भले टीका करणारे काहीही म्हणोत. अनेक वेळा आपले लोक कच खातात. तू मात्र ठाम राहिलास आणि नेहमीच राहशील. हा परिपाक आहे अस्सल मूल्यांचा, निःसंदिग्धपणाचा आणि तुझ्या सचोटीचा.

'देणारे' आणि 'घेणारे' अशी विभागणी झालेल्या जगात तू महान दाता आहे. एकट्याने काम करणाऱ्याची भरभराट होत असलेल्या जगात तू खरा 'टीम प्लेअर'

आहेस. एकही शत्रू नसलेला आणि भन्नाट काम करणारा न्यू लेबर पार्टीमधला तू एकमेव माणूस असशील. तुझ्या असाधारण व्यक्तिमत्त्वामुळे, माणसांवर प्रेम असल्यामुळे आणि सतत जखमा भरायचा प्रयत्न करणाऱ्या तुझ्या प्रयत्नांमुळे हे शक्य झालं आहे. तुझ्या या शेवटच्या काळातही सत्तेमुळे अपरिहार्यपणे होणाऱ्या जखमा भरून काढण्यासाठीची तुझी धडपड पाहिली की आमच्यात आपोआप नम्रतेची भावना निर्माण होते. आम्ही सर्वांनी यातून धडा घेण्यासारखा आहे आणि आम्ही तो घ्यायला हवा.

रोजच्या गप्पा, थट्टा-मस्करी आणि क्यू.पी.आर. क्लब बर्नलेपेक्षा भारी आहे का, हा न सुटलेला प्रश्न; यांसारख्या अनेक गोष्टी आता घडणार नाहीत याची चुटपुट लागून राहिली आहे; पण माझ्या लहान-मोठ्या समस्यांमध्ये मला विचार करायला आणि मार्ग काढायला लावणारा तू आता नसणार याची जास्त खंत आहे. सर्वांत जास्त दु:ख आहे ते तुझा बुलंद आवाज आणि चैतन्य आता नसणार याचं. तुझ्यामुळे आमचं आयुष्य किती उजळून निघालंय! तू आमच्या आयुष्याचा अविभाज्य भाग होतास आणि राहणार आहेस.

कायमचाच!

तुझाच,

'ए.सी.' (ॲलस्टेअर कॅम्पबेल)